വിജ്ഞാനവർഷം

പുസ്തകം 9

മനുഷ്യന്റെ പരിണാമ ചരിത്രം

Manushaynte Parinama Charithram

R Suresh Kumar

CHINTHA PUBLISHERS
Thiruvananthapuram

Fourth Edition
May 2012

Sixth Edition
February 2016

Second Impression
February 2022

Published & Typesetting
Chintha Publishers, Thiruvananthapuram

Printed at
Romanson's, Thiruvananthapuram

Cover Design
Midas

ISBN: 978-93-85045-85

CR - 2505 / 5925

Email: chinthapublishers@gmail.com
Website: www.chinthapublishers.com

A version is available at National Libraries
Kolkata, Mumbai, Chennai and Delhi

Distribution
DESHABHIMANI BOOKHOUSE
H O Thiruvananthapuram 695035

Branch
Head Office Kunnukuzhi • Statue Thiruvananthapuram
KSRTC Bus Terminal Thampanoor • Saphalyam Complex Thiruvananthapuram
KSRTC Bus Station Alappuzha • KSRTC Bus Station Ernakulam
Machingal Lane Thrissur • IG Road Kozhikode
Mavoor Road Kozhikode • NGO Union Building Kannur
Central Bus Terminal Complex Thavakkara Kannur

മനുഷ്യന്റെ പരിണാമ ചരിത്രം

ആർ സുരേഷ് കുമാർ

ചിന്ത പബ്ലിഷേഴ്സ്
തിരുവനന്തപുരം-695 035
വില: ₹ 120

ആർ സുരേഷ് കുമാർ

1970 ൽ വെള്ളറട കരിക്കാമൻകോട് പൂങ്കോട്ടുകോണം കൃഷ്ണവിലാസത്തിൽ രാമകൃഷ്ണപിള്ളയുടെയും വനജാക്ഷിഅമ്മയുടെയും മകനായി ജനിച്ചു.

ധനുവച്ചപുരം വി ടി എം എൻ എസ് എസ് കോളേജ്, തിരുവനന്തപുരം യൂണിവേഴ്സിറ്റി കോളേജ്, ഗവ. ട്രെയിനിങ് കോളേജ്, കേരള യൂണിവേഴ്സിറ്റി വിദ്യാഭ്യാസവകുപ്പ്, പ്രസ്ക്ലബ് ജേർണലിസം ഇൻസ്റ്റിറ്റ്യൂട്ട് എന്നിവിടങ്ങളിൽ വിദ്യാഭ്യാസം. എം എ, എം എഡ്, പി ജി ഡി ജെ ബിരുദങ്ങളും ചരിത്രം, വിദ്യാഭ്യാസം എന്നീ വിഷയങ്ങളിൽ യു ജി സി (NET) യോഗ്യതയും നേടിയിട്ടുണ്ട്.

വിദ്യാഭ്യാസത്തിൽ ഗവേഷണം നടത്തുന്നു.

നാലു ബി എഡ് കോളേജുകളിലെ താൽക്കാലിക സേവനത്തിനുശേഷം ആറുവർഷം ഹയർസെക്കന്ററി അധ്യാപകനായിരുന്നു. തിരുവനന്തപുരം ഗവ. കോളേജ് ഓഫ് ടീച്ചർ എഡ്യൂക്കേഷനിൽ അസിസ്റ്റന്റ് പ്രൊഫസർ.

ഇപ്പോൾ കോഴിക്കോട് ഗവൺമെന്റ് കോളേജ് ഓഫ് ടീച്ചർ എഡ്യൂക്കേഷനിൽ സാമൂഹ്യശാസ്ത്ര വിഭാഗം അധ്യാപകനാണ്. പാഠ്യപദ്ധതി പരിഷ്കരണം, പാഠപുസ്തകരചന, അധ്യാപകപരിശീലനം എന്നീ കാര്യങ്ങളിൽ എസ് സി ഇ ആർ ടിയുമായി ബന്ധപ്പെട്ടു പ്രവർത്തിക്കുന്നു.

എ കെ ജി സി ടി തിരുവനന്തപുരം ജില്ലാ എക്സിക്യൂട്ടീവ് കമ്മറ്റി അംഗം.

ഭാര്യ: രശ്മി ടി എൽ

മകൻ: ദേവനാരായൺ, ദേവനന്ദന

വിലാസം: 'തളിര്'
ടി സി 85/2035
ശ്രീവേലിനഗർ, പേട്ട പി ഒ
തിരുവനന്തപുരം - 24

ഉള്ളടക്കം

ആമുഖം

കോടിക്കണക്കിന് വർഷങ്ങളുടെ കഥ പറയാനുണ്ട് ഈ പ്രപഞ്ചത്തിന്. സൗരയൂഥത്തിലെ ഗ്രഹങ്ങളിലൊന്നായ ഭൂമിക്കും ഭൂമിയിലെ ജീവജാലങ്ങൾക്കും അതേപോലെ പഴക്കംചെന്ന കഥകൾ ഒത്തിരിയുണ്ട്. ഭൂമിയുടെ പ്രായത്തെയും ജീവജാലങ്ങളുടെ ഉത്ഭവകാലത്തെയും പരിഗണിക്കുമ്പോൾ കുറഞ്ഞൊരു കാലയളവാണ് മനുഷ്യചരിത്രത്തിനുള്ളത്. അവന്റെ പരിണാമചരിത്രത്തിന് സങ്കീർണ്ണതകൾ നിരവധിയാണ്. ഒത്തിരി ഉത്തരമില്ലാത്ത ചോദ്യങ്ങൾ ഇപ്പോഴും അവശേഷിക്കുന്നു. പുതിയ കണ്ടെത്തലുകൾ പഴയ ധാരണകളെ പരിഷ്കരിക്കുകയും തിരുത്തുകയും ചെയ്യാറുണ്ട്.

'മനുഷ്യൻ' എന്നത് എത്രയോ മനോഹരമായ പദമാണെന്ന് മാക്സിം ഗോർക്കി അത്ഭുതപ്പെട്ടിരുന്നു. ഭൂമിയിലുള്ള മറ്റു പല ജന്തുക്കളുമായി താരതമ്യം ചെയ്യുമ്പോൾ അവന്റെ ശാരീരികശേഷി പരിമിതമാണ്. ശത്രുക്കളിൽനിന്ന് രക്ഷനേടാൻ ശരീരകവചമോ പറന്നുനടക്കാൻ ചിറകുകളോ ജന്മനാ അവനില്ല. കൂർത്ത നഖങ്ങളും തീക്ഷ്ണമായ കാഴ്ചയും ഇപ്പോഴവനില്ല. എന്നാൽ മനുഷ്യൻ മറ്റു ജീവജാലങ്ങളിലെല്ലാം തന്റെ നിയന്ത്രണം സ്ഥാപിച്ചുകൊണ്ട് മുന്നോട്ടുപോകുന്ന ഇന്നത്തെയവസ്ഥ കാണുമ്പോൾ മാക്സിം ഗോർക്കിയെപ്പോലെ നമ്മളും അത്ഭുതപ്പെടേണ്ടിയിരിക്കുന്നു. മതവിശ്വാസങ്ങളിൽ പറയുന്ന കഥകൾക്കപ്പുറം മനുഷ്യൻ തന്റെ അദ്ധ്വാനശേഷി പ്രയോഗിച്ചുകൊണ്ട് ബുദ്ധിവികാസം നേടിയതിന്റെയും കണ്ടുപിടിത്തങ്ങളിലൂടെ സർവ്വ ചരാചരങ്ങളിലും അധീശത്വം നേടിയതിന്റെയും വസ്തുതകളാണ് മനുഷ്യപരിണാമ ചരിത്രത്തിലുള്ളത്.

ചാൾസ് ഡാർവിൻ

ഭൂമി പ്രപഞ്ചത്തിന്റെ കേന്ദ്രമെന്ന് മതങ്ങൾ വിശ്വസിച്ചിരുന്നപ്പോൾ 16–ാം നൂറ്റാണ്ടിന്റെ തുടക്കത്തിൽ പോളണ്ടിലെ ജ്യോതിശ്ശാസ്ത്രജ്ഞനായ നിക്കോളാസ് കോപ്പർ നിക്കസ് ഒരു കണ്ടെത്തൽ നടത്തി. ഭൂമി സൂര്യനെ ചുറ്റുന്നതോടൊപ്പം സ്വന്തം അച്ചുതണ്ടിൽ ചുറ്റിത്തിരിയുകയും ചെയ്യുന്നുവെന്ന് അദ്ദേഹം പ്രഖ്യാപിച്ചു. നിലവിലുണ്ടായിരുന്ന മതവിശ്വാസങ്ങൾക്കുമേൽ ശാസ്ത്രവിപ്ലവത്തിന്റെ ഇടിമുഴക്കം സൃഷ്ടിക്കുവാൻ അതിലൂടെ കഴിഞ്ഞു. പ്രകൃതി ശാസ്ത്രത്തിന് സ്വാതന്ത്ര്യം പ്രഖ്യാപിക്കാൻ കഴിഞ്ഞത് ഈ വിപ്ലവത്തിലൂടെയാണെന്ന് ഏംഗൽസ് അഭിപ്രായപ്പെടുകയുണ്ടായി. കാരണം മനുഷ്യപരിണാമ പഠനങ്ങൾക്ക് പ്രചോദനമാകാൻ അതിനു കഴിഞ്ഞു.

1856 ആഗസ്തിൽ ജർമ്മൻ സിറ്റിയായ ഡുസൽ ഡോർഫിലെ നിയാണ്ടർ വാലിയിൽ തൊഴിലാളികൾ ഒരു തലയോടും അസ്ഥിക്കഷ്ണവും കണ്ടെത്തുകയുണ്ടായി. അടുത്തുള്ള ഒരു സ്കൂളധ്യാപകനായ കാൾ ഫുൾ റോട്ടിന് അതവർ കൈമാറി. ഒരാധുനിക മനുഷ്യന്റേതല്ല അവയെന്ന് അദ്ദേഹം മനസ്സിലാക്കി. തുടർന്ന് ബോൺ യൂണിവേഴ്സിറ്റിയിലെ ഹെർമൻ സ്കാഫ് ഹ്യൂസനെന്ന അനാട്ടമി പ്രൊഫസർക്ക് അദ്ദേഹമതു കൈമാറി. രണ്ടുപേരും ചേർന്ന് അടുത്ത വർഷം ഒരു പ്രബന്ധം പ്രസിദ്ധീകരിച്ചു. നാമാവശേഷമായ ഒരുതരം മനുഷ്യരൂപത്തിന്റെ തലയോടാണതെന്ന് അവർ വ്യക്തമാക്കി. അന്നത്തെ പണ്ഡിതന്മാർ അതംഗീകരിക്കാൻ തയ്യാറായില്ല. 1859 നവംബർ 24–ന് ചാൾസ് ഡാർവിൻ *ജീവിവർഗങ്ങളുടെ ഉത്ഭവം* (*origin of species*) എന്ന വിഖ്യാത ഗ്രന്ഥം പ്രസിദ്ധീകരിച്ചതോടെ പരിണാമത്തെക്കുറിച്ചുള്ള പഠനങ്ങൾക്ക് വിപ്ലവകരമായ ഗതിമാറ്റമുണ്ടായി. മൃഗങ്ങളിൽനിന്ന് ക്രമേണയുള്ള പരിണാമത്തിലൂടെയാണ് മനുഷ്യനുണ്ടായത് എന്നാണ് ഡാർവിൻ മുന്നോട്ടുവച്ച സിദ്ധാന്തം.

പരിണാമം എങ്ങനെയുണ്ടാകുന്നുവെന്ന് വ്യക്തമാക്കാൻ ഡാർവിൻ ഉപയോഗിച്ച വാക്ക് പ്രകൃതി നിർദ്ധാരണം (natural selection) എ

ന്നാണ്. അതിൽ നാല് അത്യാവശ്യ ഘടകങ്ങളുണ്ടായിരിക്കും. ആവശ്യത്തിന് സമയം, വ്യക്തികൾക്കിടയിലെ വ്യതിയാനസ്വഭാവം, പരിസ്ഥിതിയിലെ മാറ്റം, പുതിയ സാഹചര്യങ്ങളോട് ഇണങ്ങിച്ചേരാനുള്ള സഹജമായ കഴിവ് എന്നിവയാണവ. ഒരു ജീവിക്ക് അതിന്റെയുള്ളിലുള്ള സഹജമായ വ്യതിയാനസ്വഭാവം പരിണാമത്തിന് ആവശ്യമാണ്. എന്നാൽ പരിണാമത്തെ ചടുലമാക്കാൻ അതുമാത്രം പോര. കാലാവസ്ഥാവ്യതിയാനം ഒരു പ്രധാന ഘടകമാണ്. അത് നിർധാരണ സമ്മർദ്ദമായി പ്രവർത്തിക്കുന്നു. പരിണാമത്തെ വേഗത്തിലാക്കാൻ കാരണമാകുന്ന പരിസ്ഥിതിയുടെ മാറ്റത്തെയോ പ്രത്യേക ആവശ്യത്തെയോ നിർധാരണ സമ്മർദ്ദം (selection pressure) എന്നു പറയാം. ജീവശാസ്ത്രപരമായി ഡാർവിൻ മുന്നോട്ടുവച്ച സിദ്ധാന്തം വളരെ പ്രാധാന്യമേറിയതായിരുന്നു. ഡാർവിൻ ജീവശാസ്ത്രത്തിന് ആദ്യമായി ശാസ്ത്രീയ അടിത്തറ ഉണ്ടാക്കിയെടുത്തുവെന്ന് ലെനിൻ അഭിപ്രായപ്പെട്ടത് അതിനാലാണ്.

എന്നാൽ പ്രകൃതിയിൽ മനുഷ്യന്റെ സ്ഥാനമെന്തെന്ന് ചിന്തിക്കുമ്പോൾ ജീവശാസ്ത്രപരമായ വിലയിരുത്തൽ മാത്രം മതിയാവില്ല. സാമൂഹ്യമായ ലക്ഷണങ്ങളെയും ഇന്നത്തെ രീതിയിൽ വളർന്നു വികസിച്ച സാമ്പത്തിക പ്രവർത്തനങ്ങളുടെ തുടക്കം മുതലുള്ള ഗതിവിഗതികളെയും അത് പരിഗണിക്കുന്നില്ല എന്നതാണ് കാരണം. മനുഷ്യ സമൂഹത്തിന്റെയും സംസ്കാരത്തിന്റെയും നേട്ടങ്ങളെല്ലാം കേവലം ശരീരഘടനയുടെ പ്രത്യേകതകളായി പരിഗണിക്കാനാവില്ല. ജന്തുശാസ്ത്രപരമോ നരവംശശാസ്ത്രപരമോ ആയ ക്രമീകരണത്തിന്റെയടിസ്ഥാനത്തിൽ അവയെ വിലയിരുത്താനും കഴിയില്ല.

മനുഷ്യവംശത്തിന്റെ ഉൽപ്പത്തിക്കടിസ്ഥാനം അദ്ധ്വാനമാണെന്ന് ആദ്യം വ്യക്തമാക്കിയത് ഫ്രെഡറിക് ഏംഗൽസാണ്. വൈരുദ്ധ്യവാദത്തിന്റെ തത്വങ്ങളെ മനുഷ്യോൽപ്പത്തിയുടെ കാര്യത്തിൽ പ്രയോഗിച്ചുകൊണ്ടാണ് അദ്ദേഹം മനുഷ്യനെ ജന്തുലോകത്തിൽനിന്നു വേർതിരിക്കുന്ന മുഖ്യ ഘടകം അദ്ധ്വാനമാണെന്നു സ്ഥാപിച്ചത്. അങ്ങനെ മനുഷ്യപരിണാമത്തിന്റെ ചാലകശക്തികളെ തിരിച്ചറിയുന്നതിൽ ഡാർവിനെക്കാളും ഏംഗൽസ് മുന്നോട്ടു പോയി.

മാർക്സ്, ഏംഗൽസ്

മാനവരാശി പിന്നിട്ട ചരിത്രപാതയെ പുനർനിർമ്മിക്കാൻ ധാരാളം

പ്രയത്നങ്ങൾ നടന്നിട്ടുണ്ട്. സമൂഹത്തിന്റെ വികാസപരിണാമങ്ങൾ കണ്ടെത്താൻ മാർക്സിസത്തിന്റെ വിശകലനരീതി സഹായിക്കുകയും ചെയ്തിട്ടുണ്ട്. അതിനാൽത്തന്നെ മാനവരാശിയുടെ സ്വാഭാവികവും ക്രമാനുഗതവുമായ വികാസഗതിയെക്കുറിച്ച് വ്യക്തമായ ധാരണ ഇന്ന് ലഭിക്കുന്നു. മനുഷ്യൻ സ്വയമദ്ധ്വാനിച്ച് നേടിയെടുത്ത സാങ്കേതിക പുരോഗതി, വിജ്ഞാനമണ്ഡലങ്ങൾ, ഒരു സാമൂഹ്യ സംവിധാനത്തിൽ നിന്ന് കൂടുതൽ മെച്ചമായ അടുത്ത സംവിധാനത്തിലേക്കുള്ള യാത്ര എന്നിവയെല്ലാം ഉൾച്ചേർന്നതാണ് മനുഷ്യവികാസചരിത്രം. ആൾക്കുരങ്ങിൽ നിന്ന് ആധുനിക മനുഷ്യനിലേക്കുള്ള പരിണാമ ചരിത്രപഠനത്തിന് നിയതമായ രീതികൾ മനുഷ്യൻ അധ്വാനവും ബുദ്ധിയും യോജിപ്പിച്ച് വളർത്തിയെടുത്ത ശാസ്ത്രത്തിലുണ്ട്. അതിപ്രാചീന ചരിത്രത്തെ ചരിത്രാതീതകാലം (pre-history) എന്നു വിശേഷിപ്പിക്കാറുണ്ട്. ലിഖിതമായ രേഖകൾ ലഭ്യമല്ലാതിരുന്ന ആ കാലഘട്ടത്തെക്കുറിച്ചുള്ള പഠനത്തെ പുരാതത്വശാസ്ത്രമെന്നു വിളിക്കുന്നു.

മനുഷ്യരുടെ അസ്ഥികൂടങ്ങൾ, മരത്തിലും കല്ലിലുമുള്ള ഉപകരണങ്ങൾ, മൺപാത്രങ്ങൾ, ഗുഹാചിത്രങ്ങൾ, പ്രതിമകൾ എന്നിവയുടെ കണ്ടെത്തൽ ആദ്യകാല മനുഷ്യചരിത്രത്തെക്കുറിച്ച് പഠിക്കാൻ നമ്മെ സഹായിക്കുന്നു. അപ്രത്യക്ഷമായിക്കഴിഞ്ഞ മനുഷ്യസദൃശ്യ ജീവികളുടെ ഫോസിലുകളിൽ നിന്നാണ് മനുഷ്യപരിണാമത്തിന്റെ തെളിവുകൾ ലഭിക്കുന്നത്. സ്വന്തം ഉത്ഭവത്തിന്റെ വേരുകൾ തേടി അന്വേഷണം നടത്തുന്ന മനുഷ്യന് ഫോസിലുകൾ തന്നെയാണ് ഏറ്റവും പ്രധാനപ്പെട്ട പഠനവസ്തു. കിട്ടുന്ന ഫോസിലുകളിൽ നിന്ന് ഉടമസ്ഥരുടെ രൂപവും ജീവിതരീതികളും സൃഷ്ടിച്ചെടുക്കാൻ ശാസ്ത്രത്തിന്റെ സഹായത്തോടെ അവൻ ശ്രമിച്ചുകൊണ്ടിരിക്കുന്നു.

ശവശരീരം ഫോസിലായി മാറുന്നത് ചില പ്രത്യേക സാഹചര്യത്തിലാണ്. സൂക്ഷ്മജീവികളധികമില്ലാത്ത മണ്ണിനടിയിൽപ്പെടുന്ന ശവശരീരങ്ങൾ ഫോസിലുകളായി സംരക്ഷിക്കപ്പെടുന്നു. ചിലപ്പോൾ എല്ല്, പല്ല് മുതലായ കാഠിന്യമുള്ള ഭാഗങ്ങൾ രാസമാറ്റങ്ങളിലൂടെ കല്ലുപോലെയാകാറുണ്ട്. അങ്ങനെയുള്ള ജൈവാവശിഷ്ടങ്ങളാണ് ഫോസിലുകളിലധികവും. മഞ്ഞിലകപ്പെടുന്ന ശരീരങ്ങൾ ഫ്രിഡ്ജിലെന്നപോലെ സൂക്ഷിക്കപ്പെട്ടെന്നുവരാം. നനവും ക്ഷാരഗുണവുമുള്ള മണ്ണാണ് ഫോസിലുകൾ സംരക്ഷിക്കപ്പെടുന്നതിന് യോജിക്കുന്നത്. മനുഷ്യ പൂർവികന്റെ ഫോസിലുകളിൽ പലതും കിട്ടിയിട്ടുള്ളത് ചുണ്ണാമ്പുകല്ലു ഗുഹകളിൽ നിന്നാണ്. അമ്ലഗുണമുള്ള മണ്ണിൽ ശവശരീരങ്ങൾ വേഗത്തിൽ ദ്രവിച്ചു പോകുന്നതുകൊണ്ടായിരിക്കാം ഇന്ത്യയിൽ അത്തരം ഫോസിലുകൾ അധികമില്ലാത്തത്.

ഫോസിലുകളുടെ കാലപ്പഴക്കം അറിഞ്ഞാൽ മാത്രമേ പരിണാമചരിത്രത്തിൽ അവയുടെ സ്ഥാനം നിർണയിക്കാനാകൂ. മണ്ണിലെയും പാറകളിലെയും വിവിധ തട്ടുകളിൽ കാണുന്ന ഫോസിലുകൾക്ക് ലക്ഷക്ക

ണക്കിന് വർഷങ്ങളുടെ വ്യത്യാസം ഉണ്ടാകും. ആദ്യമുണ്ടായത് അടിത്തട്ടും അവസാനമുണ്ടായത് മേൽത്തട്ടുമായിരിക്കുമല്ലോ. ഫോസിലുകളുടെ ആപേക്ഷികമായ കാലവ്യത്യാസം ഊഹിക്കുവാൻ ഈ രീതി സഹായിക്കും. റേഡിയോ മെട്രിക് രീതി ഉപയോഗിച്ച് കൃത്യമായ കാല നിർണയം സാധ്യമാണ്. കമ്പ്യൂട്ടർ മോഡലുകൾ ഉപയോഗിച്ച് തലയോടിന്റെ ത്രിമാനചിത്രങ്ങൾ നിർമ്മിക്കുന്നതിലൂടെ കൂടുതൽ ഉൾക്കാഴ്ച അവയെക്കുറിച്ച് ലഭിക്കുന്നു.

പുരാനരവംശശാസ്ത്രത്തെ സംബന്ധിച്ച് പൊട്ടാസ്യം-ആർഗൺ കാലഗണനാരീതി (K-Ar method) വളരെ പ്രസക്തമാണ്. റേഡിയോ ആക്ടീവ് പൊട്ടാസ്യം-40 ആർഗൺ-40 ആയി മാറുന്നതാണ് ഈ സാങ്കേതികവിദ്യ. നിരവധി രാസപ്രക്രിയകളിലൂടെയാണ് പൊട്ടാസ്യം-40 ആർഗൺ-40 ആയി മാറുന്നത്. ജീവികളിൽ റേഡിയോ ആക്ടീവ് പൊട്ടാസ്യം ഉണ്ടായിരിക്കുകയില്ല. അഗ്നിപർവ്വത സ്ഫോടനമുണ്ടാകുമ്പോൾ വിസർജിക്കപ്പെടുന്ന ചാരത്തിന്റെ മുകളിലടിയുന്ന പദാർത്ഥങ്ങൾ മർദ്ദം ചെലുത്തുന്നതിനാൽ ആ ചാരം സിമന്റുപോലെയുറച്ച് പാറയാകുന്നു. അത് ആഗ്നേയശില (tuff) എന്നറിയപ്പെടുന്നു. അതിൽ റേഡിയോ ആക്ടീവതയുള്ള പൊട്ടാസ്യം ഉണ്ടായിരിക്കും. കോടിക്കണക്കിന് വർഷങ്ങളുടെ കാലപ്പഴക്കം നിർണ്ണയിക്കാൻ അതു സഹായിക്കുന്നു. കാരണം പൊട്ടാസ്യം-40ന്റെ അർദ്ധായുസ് 130കോടി വർഷമാണ്. ആഫ്രിക്കയിൽ നിരവധി ആർഡി പിത്തെക്കസ്, ഒറാറിൻ, ആസ്ട്രലോ പിത്തെക്കസ് എന്നിവയുടെ ഫോസിലുകളും അതിനുശേഷമുള്ള മനുഷ്യ പരിണാമ ഘട്ടങ്ങളിലെ ഫോസിലുകളും ലഭിക്കുകയുണ്ടായി. പൊട്ടാസ്യം-ആർഗൺ രീതിയനുസരിച്ച് നേരിട്ടിവയുടെ കാലപ്പഴക്കം നിർണ്ണയിക്കാനാവില്ല. എന്നാൽ ആഗ്നേയ പ്രവർത്തനങ്ങൾ നടന്നിരുന്ന ആ സ്ഥലങ്ങളിലെ ആഗ്നേയ ടഫിന്റെ കാലപ്പഴക്കം നിർണ്ണയിക്കാൻ കഴിഞ്ഞു. അങ്ങനെയാണ് അത്തരം ഫോസിലുകളുടെ കാലഗണന കണ്ടെത്തിയത്. ശിലകളുടെ കാലപ്പഴക്കവും ഇങ്ങനെ നിർണ്ണയിക്കാം.

മനുഷ്യരുടെയും ജന്തുക്കളുടെയും എല്ലുകളും പല്ലുകളും പഠന വിധേയമാക്കി കാലനിർണ്ണയം നടത്താം. എല്ലുകളിലുള്ള ഫ്ളൂറിൻ, നൈട്രജൻ, യുറേനിയം എന്നീ മൂലകങ്ങളുടെ അടിസ്ഥാനത്തിലാണ് അതു ചെയ്യുന്നത്. ഫ്ളൂറിനും യുറേനിയവും കാലപ്പഴക്കത്താൽ കൂടുകയും നൈട്രജൻ കുറയുകയും ചെയ്യുന്നു. എന്നാൽ ഈ മൂന്നു മൂലകങ്ങളും ഒരേ അളവിലാണ് വർധിക്കുന്നതും നഷ്ടപ്പെടുന്നതുമെന്നതിനാൽ ഇവയുടെ താരതമ്യത്തിലൂടെ എല്ലുകളുടെ കാലഗണന നിർണ്ണയിക്കാൻ കഴിയുന്നു.

കാർബൺ-14 കാലഗണന പദ്ധതിയും വളരെയേറെ പ്രാധാന്യമർഹിക്കുന്നു. വില്ലാർഡ് ലിബ്ബിയുടെ ഈ കണ്ടുപിടുത്തം പുരാവിജ്ഞാനീയത്തിൽ ഒരു വിപ്ലവമായിരുന്നു. വളരെ ലളിതമായ ഒരു തത്വമാണ് ഇതിൽ ഉപയോഗിക്കുന്നത്. സ്ഥിരതയുള്ള കാർബൺ ആറ്റമായി കണ

ക്കാക്കുന്നത് കാർബൺ–12നെയാണ്. കാർബൺ–14 എന്നത് കാർബണിന്റെ ഒരു ഐസോടോപ്പാണ്. രണ്ടു ന്യൂട്രോണുകൾ കൂടുതലുള്ള അതിന് സ്ഥിരതയില്ല. അത് റേഡിയോ ആക്ടീവത മൂലം ജീർണ്ണിച്ച് നൈട്രജൻ–14 ആയി മാറുന്നു. സസ്യങ്ങളും ജന്തുക്കളും ജീവിക്കുമ്പോൾ കാർബൺ–12ഉം കാർബൺ–14ഉം തുല്യമായി ആഗിരണം ചെയ്തുകൊണ്ടിരിക്കും. മരിച്ചു കഴിഞ്ഞാൽ കാർബൺ സ്വീകരിക്കുകയില്ല. കാർബൺ–14 ക്രമേണ നഷ്ടപ്പെട്ട് നൈട്രജൻ–14 ആയി മാറുന്ന പ്രക്രിയ അതോടെ ആരംഭിക്കുന്നു. എന്നാൽ കാർബൺ–12 നഷ്ടപ്പെടുകയില്ല. ഇവ രണ്ടിന്റെയും താരതമ്യത്തിലൂടെ ഒരു വസ്തുവിന്റെ കാലപ്പഴക്കം നിർണ്ണയിക്കാം. 5730 വർഷംകൊണ്ട് കാർബൺ–14ന്റെ പകുതി നഷ്ടമാകും. ബാക്കിയുള്ളതിന്റെ പകുതി നഷ്ടമാകാൻ വീണ്ടും 5730 വർഷം വേണ്ടിവരും. 40,000 വർഷം പഴക്കം വരെ ഇങ്ങനെ നിർണ്ണയിക്കാം. അതിലും പുറകിലേക്കു പോകാൻ മറ്റു രീതികൾ അവലംബിക്കേണ്ടിവരുന്നു.

ഉണങ്ങിപ്പോയ മരത്തിന്റെ കാലപ്പഴക്കം നിർണണ്ണയിക്കാൻ ഡെൻഡ്രോ ക്രോണോളജി രീതി ഉപകരിക്കുന്നു. കാലാവസ്ഥയിൽ വരുന്ന മാറ്റം മരത്തടിയിൽ മാറ്റമുണ്ടാക്കുന്നു. കുറുകെ ഛേദിച്ച തടിയിൽ കാണുന്ന വളയങ്ങളെ അടിസ്ഥാനമാക്കിയാണ് കാലനിർണ്ണയം നടത്തുന്നത്. മഴക്കാലത്ത് ചീർക്കുകയും വേനൽക്കാലത്ത് ലോലമാവുകയും ചെയ്യുന്നതാണ് ആ വളയങ്ങൾ. തടിയുടെ കാതലിൽ വളരെ വ്യക്തമായി ഇവ കാണാവുന്നതാണ്. അതുപോലെ ഭൂമിയിൽ നശിക്കാതെ കിടക്കുന്ന പൂമ്പൊടിയിൽ പലതും ലക്ഷത്തിലധികം വർഷങ്ങൾ പഴക്കമുള്ളതാണെന്ന് കണ്ടെത്തിയിട്ടുണ്ട്. അവയെക്കുറിച്ച് പഠിക്കുന്നത് 'പോളൻ അനാലിസിസ്' എന്ന പേരിലറിയപ്പെടുന്നു. നിയാണ്ടർത്താൽ മനുഷ്യൻ ശവശരീരത്തോടൊപ്പം

ചാൾസ് ഡാർവിനെ പരിഹസിക്കുന്ന ഒരു കാർട്ടൂൺ കാരിക്കേച്ചർ 19–ാം നൂറ്റാണ്ടിൽ പുറത്തിറങ്ങിയത്

പൂക്കൾ അടക്കം ചെയ്തിരുന്നതായി മനസ്സിലാക്കുന്നത് ഈ വിധമാണ്. വിവിധ പ്രദേശങ്ങളിൽ നിലനിന്നിരുന്ന കൃഷിരീതികൾ മനസ്സിലാക്കാനും ഈ രീതി പ്രയോജനപ്പെടുന്നു.

മൺപാത്രങ്ങളുടെ കാലനിർണ്ണയത്തിനുപയോഗിക്കുന്ന രീതിയാണ് തെർമോ ലീമിനിസെൻസ് (TL) സാങ്കേതികവിദ്യ. മണ്ണ് ചൂടാകുമ്പോൾ അതിലുള്ള ക്വാർട്സ് ക്രിസ്റ്റലുകൾക്കു ചുറ്റുമോ അതിനകത്തോ ഉള്ള റേഡിയോ ആക്ടീവ് ആറ്റങ്ങൾ കണങ്ങളെ പ്രസരിപ്പിക്കും. ഇവയ്ക്ക് ഇലക്ട്രോണുകളെ അവയുടെ സ്ഥാനത്തുനിന്ന് തെറിപ്പിക്കുവാൻ കഴിയുന്നു. സ്വതന്ത്രമാകുന്ന ഇലക്ട്രാണുകൾ പലപ്പോഴും ക്വാർട്സ് ക്രിസ്റ്റൽ ഘടനക്കിടയിൽ കുടുങ്ങിപ്പോയി ഒരു ക്ലോക്ക്പോലെ ശേഖരിക്കപ്പെടുന്നു. അതിന്റെ തോതും ഇലക്ട്രോണുകളുടെ എണ്ണവും അറിയാമെങ്കിൽ ആ ക്വാർട്സ് ക്രിസ്റ്റലിന്റെ കാലം കണ്ടെത്താനാവും. ഭൂമിക്കടിയിൽ നിന്നും മൺപാത്രങ്ങൾ ലഭിച്ചാൽ അവ വെളിച്ചം തട്ടാതെ ലാബോറട്ടറിയിൽ കൊണ്ടുപോകുന്നു. ഇരുട്ടുമുറിയിൽ വച്ച് നേരിയ പ്രകാശരശ്മി അതിൽ പതിപ്പിക്കും. കുടുങ്ങിപ്പോയ ഇലക്ട്രോണുകൾ പൂർവസ്ഥാനത്തെത്തുമ്പോൾ പ്രസരിപ്പിക്കുന്ന വെളിച്ചത്തിന്റെ തീവ്രതയിൽ നിന്നും ക്വാർട്സ് ക്രിസ്റ്റലിന്റെ കാലപ്പഴക്കം നിർണ്ണയിക്കാം. ഏതു കാലഘട്ടത്തിലാണ് മനുഷ്യർ മൺപാത്ര നിർമ്മാണം തുടങ്ങിയതെന്ന് അതിൽനിന്ന് വ്യക്തമാവുന്നു. സമുദ്രാന്തർഭാഗത്തെ ശിലകളുടെ കാലനിർണ്ണയം പാലിയോ മാഗ്നറ്റിസത്തിലൂടെ സാധ്യമാണ്. കടൽ കയറിയ ഭൂവിഭാഗങ്ങളിലെ ശിലകളുടെ പഴക്കത്തെപ്പറ്റി വളരെ കൃത്യമായി ഇതിലൂടെ പഠിക്കാൻ കഴിയുന്നു. ശിലകളെ ലോലപാളികളായി ഛേദിച്ച് അതിലടങ്ങിയിരിക്കുന്ന ലവണങ്ങളുടെയും കാന്തികതയുടെയും പഴക്കം നിർണ്ണയിക്കുന്ന രീതിയും നിലവിലുണ്ട്.

ഇതുവരെ സൂചിപ്പിച്ച ശാസ്ത്രീയ മാർഗങ്ങളിലൂടെയാണ് മനുഷ്യന്റെ പരിണാമ ചരിത്രവും വിശകലനത്തിന് വിധേയമാക്കുന്നത്. ജൈവിക മാറ്റങ്ങളുടെ തലത്തിൽ നിന്നുകൊണ്ടു മാത്രം മനുഷ്യ പരിണാമത്തിന്റെ ഗതിവിഗതികളെ വിലയിരുത്താൻ നമുക്കാവില്ല. പ്രകൃതി നിർധാരണം (natural selection) പ്രബലമായ ഒരു രൂപാന്തരണശക്തിയായി തുടർന്നിരുന്നു എന്നത് സത്യമാണ്. എന്നാൽ ഒരു സാമൂഹ്യപ്രതിഭാസമെന്ന നിലയിൽ അധ്വാനവും മനുഷ്യോൽപത്തിയുടെ ആദ്യഘട്ടം മുതൽ പരിണാമത്തെ സ്വാധീനിച്ചിരുന്നു. അതിന്റെ ഓരോ ഘട്ടവും പ്രത്യേകം വിശകലനം ചെയ്യപ്പെടേണ്ടതാണ്.

ഭാഗം I

വാനരനിൽനിന്ന് നരനിലേക്ക്

1

ആൾക്കുരങ്ങിൽനിന്ന് മനുഷ്യനിലേക്ക്

കുരങ്ങുകളുടെയും ആൾക്കുരങ്ങുകളുടെയും പരിണാമം പഠന വിധേയമാക്കാതെ മനുഷ്യന്റെ പരിണാമചരിത്രം വ്യക്തമാവില്ല. ജീവജാലങ്ങളെ തരംതിരിച്ചപ്പോൾ മനുഷ്യനെ കുരങ്ങുകളുടെയും ആൾക്കുരങ്ങുകളുടെയും ഗണത്തിലാണുൾപ്പെടുത്തിയത്. പ്രൈമേറ്റ്സ് (primates) എന്നാണവയെ വിളിച്ചത്. 'മനുഷ്യനോട് അടുപ്പമുള്ള' എന്നൊരർത്ഥം ആ വാക്കിനുണ്ട്. 36 ദശലക്ഷം വർഷങ്ങൾക്കുമുമ്പാണ് പ്രൈമേറ്റ്സ് എന്ന സസ്തനികളുടെ ഒരു വിഭാഗം ഏഷ്യയിലും ആഫ്രിക്കയിലും ഉത്ഭവിച്ചത്. മനുഷ്യപരിണാമത്തിന്റെ വികാസ ചരിത്രത്തിന് അത്രയും പുറകിലേക്ക് അന്വേഷിച്ചു പോകേണ്ടിവരും. വൃക്ഷവാസികളായിരുന്ന പ്രൈമേറ്റ്സുകൾക്ക് വിരലുകൾകൊണ്ട് വൃക്ഷങ്ങളിൽ ചുറ്റിപ്പിടിക്കാൻ കഴിഞ്ഞിരുന്നു. പരന്ന നഖങ്ങളാണുണ്ടായിരുന്നത്. ചെറിയ മൂക്കാണവയുടേത്. ത്രിമാന വീക്ഷണത്തിനും വർണങ്ങൾ തിരിച്ചറിയാനും സഹായിക്കുന്ന വിധത്തിൽ കണ്ണുകൾ വികസിച്ചിരുന്നു.

പരിണാമവികാസം അടിസ്ഥാനമാക്കി പ്രൈമേറ്റുകളെ രണ്ടു വിഭാഗങ്ങളായി തിരിക്കാം. പ്രോസിമിയനുകളെന്നും ആന്ത്രോപ്പോയ്ഡിയനുകളെന്നും. ഏറ്റവും താഴ്ന്ന വിഭാഗത്തിലുള്ള പ്രോസിമിയനുകൾ ആദിമ വാനരന്മാരായിരുന്നു. ഉയർന്ന വിഭാഗത്തിലുള്ള പ്രൈമേറ്റുകളെയാണ് 'ആന്ത്രോപ്പോയ്ഡിയനുകൾ' എന്നു വിശേഷിപ്പിച്ചത്. 'മനുഷ്യ സദൃശം' എന്നാണർത്ഥം. ഈ വിഭാഗത്തിൽ മൂന്നു കുടുംബങ്ങൾ ഉൾക്കൊണ്ടിരുന്നു – സീബോയ്ഡിയ (അമേരിക്കൻ കുരങ്ങന്മാർ), സെർക്കോപിത്തെക്കോയ്ഡിയ (ഏഷ്യനാഫ്രിക്കൻ കുരങ്ങുകൾ), ഹോമിനോയിഡ്സ്

(ആൾക്കുരങ്ങുകളും മനുഷ്യനുമുൾപ്പെട്ട വർഗം). 24 ദശലക്ഷം വർഷങ്ങൾക്കു മുമ്പാണ് ഹോമിനോയിഡ്സ് വിഭാഗത്തിന്റെ ആവിർഭാവം.

അന്ത്രോപ്പോയ്ഡിയനുകളെ പൊതുവായി വിലയിരുത്തിയാൽ അവ പകൽസമയത്ത് ഭക്ഷണം തേടുന്നവയായിരുന്നു. പ്രോസിമിയനുകളെ അപേക്ഷിച്ച് മോന്തയുടെ നീളം കുറവാണ്. നേർക്കാഴ്ച നൽകുന്ന കണ്ണുകളുണ്ടായിരുന്നു. ചെവിയിലെ കർണ്ണപല്ലവിയുടെ വലിപ്പം കുറഞ്ഞു. തലച്ചോറ് വലുതാവുകയും ഉപരിതലത്തിൽ വിടവുകൾ പ്രത്യക്ഷപ്പെടുകയും ചെയ്തു. ഭക്ഷണം കഴിക്കാൻ കൈകൾ (മുൻകാലുകൾ) ഉപയോഗിച്ചിരുന്നു. വിരലുകളിൽ പരന്ന നഖങ്ങളുണ്ടായിരുന്നു. മുഖത്തിന്റെ നീളം കുറഞ്ഞ് ദന്തവരികളുടെ നീളവും കുറഞ്ഞു. കീഴ്ത്താടിയിലെ ഇരുവശത്തെയും എല്ലുകൾ കൂടിച്ചേർന്ന് ഒറ്റതാടിയെല്ലായി. ചവയ്ക്കുന്നതിൽ വന്ന പുരോഗതിയാണ് അതിൽ കാണുന്നത്.

ആൾക്കുരങ്ങുകളുൾപ്പെട്ട ഹോമിനോയിഡ്സുകളുടെ സവിശേഷതകളിലേക്കു പോകുന്നതിനുമുമ്പ് നാമാവശേഷമായ മറ്റൊരു വിഭാഗം പ്രൈമേറ്റുകളെക്കുറിച്ച് അറിയേണ്ടിയിരിക്കുന്നു. ഫ്രാൻസിലെ പൈരനീസ് പർവതനിരയിൽ നിന്ന് പത്തൊൻപതാം നൂറ്റാണ്ടിന്റെ മധ്യത്തിൽ കണ്ടെത്തിയ ഡ്രയോപിത്തെക്കസ് എന്ന കുരങ്ങു ഫോസിലിനെക്കുറിച്ചാണ് സൂചിപ്പിക്കുന്നത്. ഏറ്റവുമാദ്യം കണ്ടെത്തിയ പ്രൈമേറ്റ് ഫോസിലും അതുതന്നെ. ആൾക്കുരങ്ങുകളുടെയും മനുഷ്യകുടുംബത്തിന്റെയും പൊതു പൂർവികനെന്ന് അവയെ വിശേഷിപ്പിക്കുന്നു. യൂറോപ്പ്, ഏഷ്യ, ആഫ്രിക്ക എന്നിവിടങ്ങളിൽ ഇവ പരക്കെയുണ്ടായിരുന്നുവെന്ന് പിന്നീട് മനസ്സിലായി. ഇരുപതു ദശലക്ഷം വർഷം മുമ്പുമുതൽ 14 ദശലക്ഷം വർഷം മുമ്പുവരെയായിരുന്നു ഇവയുടെ കാലഘട്ടം. ഡ്രയോപിത്തെക്കസിന് സാധാരണ നാടൻ കുരങ്ങിന്റെ വലിപ്പമേ ഉണ്ടായിരുന്നുള്ളൂ. എന്നാൽ വാലില്ലായിരുന്നു. തല താരതമ്യേന ചെറുതായിരുന്നു. മുമ്പോട്ട് ഉന്തിനിൽക്കുന്ന മോന്തയും പല്ലുകളും ദംഷ്ട്രയുമുണ്ടായിരുന്നെങ്കിലും അവ ആൾക്കുരങ്ങുകളുടേതിനേക്കാൾ ചെറുതായിരുന്നു. മസ്തിഷ്കം താരതമ്യേന വികസിച്ചവയാണ്. ഹോമിനിഡെയുടെ പല ലക്ഷണങ്ങളും ഡ്രയോപിത്തെക്കസിൽ കാണാൻ കഴിയുമായിരുന്നു. ആൾക്കുരങ്ങുകളുടെയും മനുഷ്യകുടുംബത്തിന്റെയും ഒരു പൊതുപൂർവികനായി സവിശേഷ ശരീരഘടനയുടെ അടിസ്ഥാനത്തിൽ ഇവയെ പരിഗണിക്കുന്നു. പ്രൈമേറ്റ് വൈവിധ്യങ്ങളെക്കുറിച്ച് ന്യൂയോർക്കിലെ ഡീൻഫാൾക്ക് 2000–ൽ പ്രസിദ്ധീകരിച്ച പഠന റിപ്പോർട്ടുകളിൽ ചിമ്പാൻസിക്കും മനുഷ്യർക്കുമിടയിൽ അവസാന പൊതു പൂർവികൻ (Last Common Ancestor) ഉണ്ടായിരുന്നതായി വ്യക്തമാക്കിയിട്ടുണ്ട്. ഇന്ത്യയിലെ ശിവാലിക് കുന്നുകളിൽ നിന്നുലഭിച്ച സുഗ്രീവ പിത്തെക്കസ്, ശിവ പിത്തെക്കസ് എന്നീ കുരങ്ങു ഫോസിലുകൾ ഡ്രയോപിത്തെക്കസ് ജനുസ്സിൽ പെടുന്നവയാണെന്ന് വിശ്വസിക്കപ്പെടുന്നു.

ഏറ്റവും പഴക്കം ചെന്ന ഫോസിൽ ആൾക്കുരങ്ങ് പ്രൊകൺസൽ

ആയിരുന്നു. കെനിയയിലെ റുംസിംഗ ദ്വീപിൽ നിന്നാണ് ഇതിന്റെ ഫോസിൽ ആദ്യമായി കിട്ടിയത്. ആൾക്കുരങ്ങുകളുടെ സവിശേഷ ശരീരഘടനയുടെ തുടക്കം പ്രൊകൺസലിൽ കാണാൻ കഴിഞ്ഞു. ഹോമിനോയിഡ്സ് വിഭാഗത്തിന്റെ ഉത്ഭവം മുതൽ ഏകദേശം 50ലക്ഷം വർഷം മുമ്പുവരെയുള്ള കാലഘട്ടത്തെ ആൾക്കുരങ്ങുകളുടെ യുഗമെന്നു വിശേഷിപ്പിക്കാവുന്നതാണ്. നാൽപ്പതോളം ആൾക്കുരങ്ങുകളുടെ ജനുസ്സുകൾ ആ കാലഘട്ടത്തിലുണ്ടായിരുന്നതായി കരുതുന്നു. ഗിബ്ബണുകൾ, സിയാമാങ്, ഒറാങ് ഊട്ടാൻ, ഗൊറില്ല, ചിമ്പാൻസി എന്നിവ പ്രധാനപ്പെട്ട ആൾക്കുരങ്ങുകളാണ്. ഇവയ്ക്ക് വാലില്ലായിരുന്നു. ഗിബ്ബൺ, സിയാമാങ് എന്നിവ ചെറിയ ആൾക്കുരങ്ങുകളും മറ്റുള്ളവ വലിയ ആൾക്കുരങ്ങുകളുമായിരുന്നു.

സഞ്ചാര രീതിയിലും പല്ലുകളുടെ ഘടനയിലും കുരങ്ങന്മാരിൽ നിന്ന് ആൾക്കുരങ്ങുകൾ വ്യത്യാസപ്പെട്ടിരുന്നു. ആൾക്കുരങ്ങുകളുടെ തലച്ചോറ് കുരങ്ങുകളുടേതിനേക്കാൾ വികസിച്ചവയാണ്. മനുഷ്യമസ്തിഷ്കത്തിന്റേതുപോലുള്ള വിള്ളലുകളും വരമ്പുകളും അവയ്ക്കുമുണ്ട്. ഓർമ്മശക്തി ഉണ്ടായിരുന്നതായി അനുമാനിക്കാം.

ഗൊറില്ല

ഒറാങ് ഊട്ടാൻ

ബോണോബു

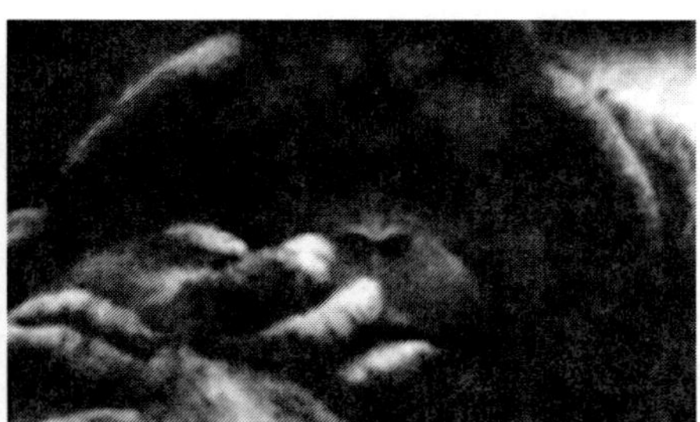

ചിമ്പാൻസി

ചിമ്പാൻസിക്ക് മുപ്പതിലധികം വ്യത്യസ്ത ശബ്ദങ്ങളുണ്ടാക്കാൻ കഴിയുമായിരുന്നു. മാത്രമല്ല രോഷം, അത്ഭുതം, സന്തോഷം എന്നിവ പ്രകടിപ്പിക്കാൻ കഴിയുന്ന തരത്തിൽ മുഖത്തെ മാംസപേശികളിൽ അയവുണ്ടായിരുന്നതായി മനസ്സിലാക്കിയിട്ടുണ്ട്. ചിമ്പാൻസിയും ഗൊറില്ലയും കൂടുതൽ സമയം നിലത്ത് ചെലവിടുമ്പോൾ ഒറാങ്ങുകൾ മരക്കൊമ്പുകളിലൂടെയാണ് കൂടുതലും യാത്ര ചെയ്തിരുന്നത്. ഗിബ്ബണുകൾ തൂങ്ങിച്ചാടി യാത്ര ചെയ്യുകയും നിലത്തിറങ്ങുമ്പോൾ ഇരുകൈകളും വശങ്ങളിലേക്ക് നീട്ടി സംതുലനം തെറ്റാതെ ഇരുകാലിൽ നടക്കുകയും ചെയ്തിരുന്നു. ചിമ്പാൻസിയും ഗൊറില്ലയും കൈകൾ കുത്തി പകുതി നിവർന്നു നടക്കുമായിരുന്നു. ഗിബ്ബണുകൾ ഏകഭാര്യത്വത്തിൽ വിശ്വസിച്ചിരുന്നവയാണെന്ന് അനുമാനിക്കുന്നു. മാതാപിതാക്കളും കുട്ടികളുമടങ്ങുന്ന കുടുംബമായിരിക്കാം അവക്കുണ്ടായിരുന്നത്. ഗൊറില്ലയും ചിമ്പാൻസിയും മുതിർന്ന ഒരാണിന്റെ നേതൃത്വത്തിൽ കൂട്ടങ്ങളായി കഴിയുന്നവയാണ്. ചിമ്പാൻസിയുടെയും മനുഷ്യന്റെയും ഡി എൻ എകൾക്ക് തൊണ്ണൂറ്റിയൊമ്പത് ശതമാനം (99%) സാമ്യതയുള്ളതായി ആധുനിക പഠനങ്ങളിൽ തെളിഞ്ഞിട്ടുണ്ട്.

ഹോമിനിഡുകളുടെ ആവിർഭാവം

പ്രൈമേറ്റുകളിലെ ഒരു വിഭാഗമായ ആന്ത്രോപ്പോയ്ഡിനുകളുടെ ഉപവിഭാഗമായിരുന്നു ഹോമിനോയിഡ്സ് എന്നു മുമ്പു പറഞ്ഞല്ലോ. അവയിൽ നിന്നാണ് ഹോമിനിഡുകൾ ഉത്ഭവിച്ചത്. ഹോമിനോയിഡുകൾക്ക് ചെറിയ തലയും പൊതുവെ നാലുകാലിൽ നടക്കുന്ന സ്വഭാവവുമായിരുന്നപ്പോൾ ഹോമിനിഡുകൾക്ക് നിവർന്നു നിൽക്കുന്ന പ്രകൃതവും രണ്ടുകാലിൽ നടക്കുന്ന ശീലവുമുണ്ടായി. വലിയ തലച്ചോറും ഹോമിനോയിഡുകളിൽ നിന്ന് വ്യത്യസ്തമായ കൈകളുമുണ്ടായി. ഏതാണ്ട് രണ്ടുകോടി കൊല്ലങ്ങൾക്കുമുമ്പ് വേർതിരിയാൻ തുടങ്ങിയ ആൾക്കുരങ്ങുകളുടെയും മനുഷ്യകുടുംബത്തിന്റെയും പരിണാമശാഖകളിലൊന്ന് 'ഹോമിനിഡെ' എന്ന മനുഷ്യകുടുംബമായി മാറി. ഹോമിനിഡുകൾ ഈ കുടുംബത്തിൽപ്പെട്ടതാണ്. മനുഷ്യന്റെ പൂർവ്വികന്മാർ മരങ്ങളിൽ നിന്ന് സമതലങ്ങളിലേക്ക് ഇറങ്ങിയതോടെയാണ് പരിണാമപരമായി ഇങ്ങനെ വഴിത്തിരിവുകളുണ്ടായത്. ഹോമിനിഡുകൾ ഉത്ഭവിച്ചത് ആഫ്രിക്കയിലാണെന്നു കരുതപ്പെടുന്നു. രണ്ടു കാരണങ്ങളാലാണ് അങ്ങനെയൊരു നിഗമനത്തിലെത്തുന്നത്. ആഫ്രിക്കയിലെ ആൾക്കുരങ്ങുകൾക്ക് ഹോമിനിഡുകളോട് രൂപസാദൃശ്യം കൂടുതലുണ്ട് എന്നത് ഒരു കാര്യം. രണ്ടാമത്തേത് കിഴക്കനാഫ്രിക്കയിൽ നിന്നാണ് ആദ്യകാല ഹോമിനിഡുകളുടെ ഫോസിലുകൾ കണ്ടെത്തിയത് എന്നതാണ്. അവയ്ക്ക് 56ലക്ഷം വർഷം പഴക്കമുണ്ടായിരുന്നപ്പോൾ ആഫ്രിക്കക്കു പുറത്തു കണ്ടെത്തിയ ഫോസിലുകൾക്ക് 18ലക്ഷം വർഷത്തിലേറെ പഴക്കമില്ല.

വൃക്ഷവാസമുപേക്ഷിച്ച് താഴെയിറങ്ങിയ ഹോമിനിഡുകളിലെ ആദ്യ വിഭാഗക്കാർ നിവർന്നു നിൽക്കാൻ ശ്രമിക്കുകയും പിൻകാലുകളിൽ നടക്കാനാരംഭിക്കുകയും ചെയ്തു. ആൾക്കുരങ്ങുകൾക്ക് ശരീരഭാഗം മുഴുവൻ വഹിക്കാൻ കഴിയുന്ന പിൻകാലുകൾ ഉണ്ടായിരുന്നില്ല. ഭാരിച്ച കൈകളും നെഞ്ചുൾപ്പെടെയുള്ള മുൻഭാഗവും നിലത്ത് കൈകൾ ഊന്നി സഞ്ചരിക്കാനുള്ള ശരീരഘടനയുമാണ് അവയ്ക്കുള്ളത്. എന്നാൽ ഹോമിനിഡുകളായപ്പോഴേക്കും ശരീരത്തിന്റെ കീഴ്ഭാഗത്തിന്റെയും പിൻകാലുകളുടെയും നീളം ആനുപാതികമായി വർദ്ധിച്ചു. തലയുടെയും നെഞ്ചിന്റെയും ഭാരം കുറയുകയും ചെയ്തു. നട്ടെല്ലിന്റെയും ഊരുസന്ധിയുടെയും ഘടനയിൽ മാറ്റംവന്നു. അത് രണ്ടുകാലിൽ നടക്കാനുള്ള അനുകൂലനമായി. ആൾക്കുരങ്ങുകളുടെ നട്ടെല്ലിന് വളവില്ല. എന്നാൽ മനുഷ്യന്റെ നട്ടെല്ലിനെ വശങ്ങളിൽ നിന്നു നോക്കിയാൽ ചെറിയ വളവുള്ളതു കാണാം. നടക്കുമ്പോൾ ഗുരുത്വാകർഷണകേന്ദ്രം മുന്നോട്ടു മാറാത്തത് ആ വളവു കാരണമാണ്. തല നട്ടെല്ലിന്റെ മീതേ തുലനം ചെയ്തു നിർത്താൻ കഴിയുന്നതും അതുകാരണമാണ്. ആൾക്കുരങ്ങുകൾക്ക് കൈകൾ (മുൻകാലുകൾ) നടക്കുവാനും വൃക്ഷ

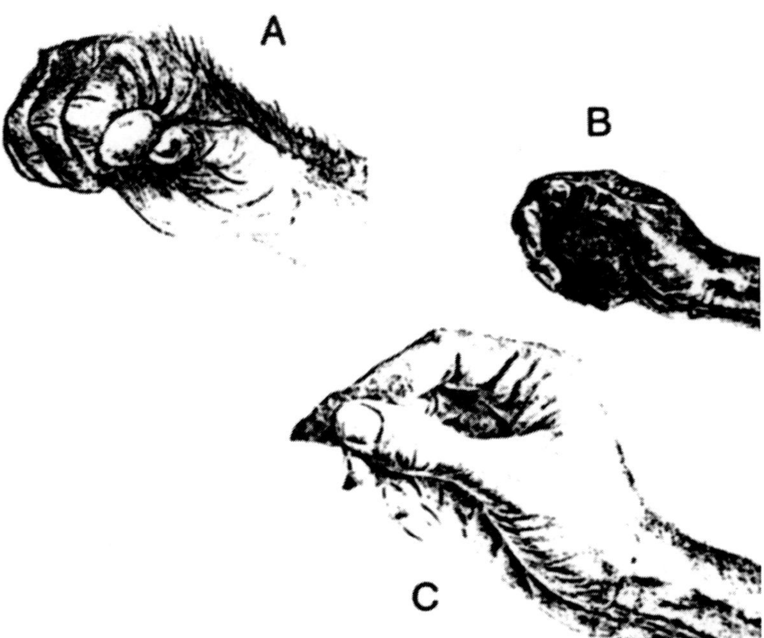

ഒറാങ്ങ് ഊട്ടാൻ, ഗോറില്ല, മനുഷ്യൻ എന്നിവയുടെ കൈപ്പത്തിയുടെ പരിണാമം

ങ്ങളിൽ പിടിച്ചു തൂങ്ങാനും ആവശ്യമാണ്. എന്നാൽ ഹോമിനിഡുകൾ കൈകളെ സ്വതന്ത്രമായി ഉപയോഗിക്കാനാരംഭിച്ചു. ചൂണ്ടുവിരലിന്റെ ചലനക്ഷമത വർധിച്ചതോടൊപ്പം തള്ളവിരൽ മറ്റു വിരലുകളോടൊപ്പം ചേർത്തു പിടിക്കാൻ കഴിഞ്ഞു. ആൾക്കുരങ്ങുകൾക്ക് ഈ രീതിയിൽ വിരലുകളുപയോഗിക്കാൻ കഴിയുമായിരുന്നില്ല.

ചവയ്ക്കുവാനുള്ള രീതി ലഘൂകരിച്ചത് മനുഷ്യകുടുംബത്തിന്റെ പ്രത്യേകതയാണ്. താടിയെല്ല്, പല്ലുകൾ, താടിയെല്ലിനോട് ബന്ധപ്പെട്ട മാംസപേശികൾ എന്നിവയിൽ മാറ്റങ്ങളുണ്ടായി. ആൾക്കുരങ്ങുകളുടെ ഉന്തിനിൽക്കുന്ന മോന്തയല്ല മനുഷ്യവംശത്തിനുള്ളത്. ദന്തനിര പിറകോട്ട് നീണ്ട്, പാർശ്വങ്ങൾ ഇടുങ്ങി, സമാന്തരമായിരിക്കുന്നതായാണ് ആൾക്കുരങ്ങുകളിൽ കാണുന്നത്. എന്നാൽ മനുഷ്യന്റേത് മുന്നിൽ നിന്ന് പിറകോട്ട് നീളം കുറഞ്ഞവയാണ്. ദംഷ്ട്രകൾ നീണ്ടു കൂർത്തിരുന്നത് ശത്രുക്കളെ നേരിടാനും ഭക്ഷണകാര്യത്തിലും ആൾക്കുരങ്ങുകളെ സഹായിച്ചിരിക്കാം. എന്നാൽ ഹോമിനിഡുകളുടെ ഉളിപ്പല്ലുകളും ദംഷ്ട്രകളും താരതമ്യേന ചെറുതാണ്. ഭക്ഷണകാര്യത്തിലും പെരുമാറ്റത്തിലും ഇരുവിഭാഗങ്ങളും വ്യത്യാസപ്പെട്ടിരുന്നതാവാം കാരണം. ഇലകളും പഴങ്ങളും മുഖ്യമായി കഴിച്ചിരുന്ന ആൾക്കുരങ്ങിൽ നിന്ന് ഘടനാപരമായ മാറ്റങ്ങളാണ് ഹോമിനിഡുകളുടെ ശരീരത്തിലുണ്ടായത്. ക്രമേണ വേട്ടയാടി മാംസഭക്ഷണത്തിലേക്ക് കടന്നതിന്റെ സൂചനകളാണ് ഹോമിനിഡുകളിൽ നിന്ന് ലഭിക്കുന്നത്.

മനുഷ്യന്റെ താടിയെല്ലിന്റെ അടിഭാഗം മുന്നിലേക്ക് ഉന്തിനിൽക്കുമ്പോൾ ആൾക്കുരങ്ങുകളിൽ അത് പുറകോട്ട് ചരിഞ്ഞാണ് കാണപ്പെടുന്നത്. ആൾക്കുരങ്ങുകളുടെ നാവിലെ മാംസപേശികൾ കീഴ്ത്താടിയെല്ലിന്റെ മധ്യത്തിലുള്ള ഒരു പരന്ന എല്ലിന്റെ ഘടകവുമായി ബന്ധപ്പെട്ടിരിക്കുന്നു. ഈ ഫലകത്തെ 'സിമിയൻ ഷെൽഫ്' (Simian Shelf) എന്നാണ് വിളിക്കുന്നത്. ഹോമിനിഡുകളിൽ ഈ ഫലകമില്ലാതായി. അതോടെ നാവിന് സ്വതന്ത്രമായ ചലനത്തിന് സൗകര്യമുണ്ടായി. ഹോമിനിഡുകൾ മുതൽ മനുഷ്യവംശത്തിന്റെ ദന്തക്രമീകരണത്തിലും താടിയെല്ലിന്റെ സ്ഥാനത്തിലും വന്ന മാറ്റം സംസാരശേഷിക്ക് വഴിയൊരുക്കുകയായിരുന്നു. കപാലത്തിന് താഴെ മസ്തിഷ്കത്തിൽ നിന്ന് സുഷുമ്ന നട്ടെല്ലിലേക്ക് കടക്കുന്നിടത്ത് മഹാരന്ധ്രം എന്നൊരു ദ്വാരമുണ്ട്. കപാലം പിന്നോട്ടു വികസിച്ചതിനാൽ ഹോമിനിഡുകളിൽ അത് കുറെ മുന്നോട്ടുമാറി സ്ഥിതിചെയ്യുന്നു. ഈ അവസ്ഥ നട്ടെല്ലിനു മുകളിൽ തലയോടിന്റെ സമതുലനം സാധ്യമാക്കി. മഹാരന്ധ്രം കപാലത്തിന്റെ പിറകിലായാണ് ആൾക്കുരങ്ങുകളിൽ കാണുന്നത്. അതിനാൽ തല നട്ടെല്ലിന്റെ മുമ്പിലായി സ്ഥിതിചെയ്യുന്നു. നാൽക്കാലികൾക്ക് അതു തന്നെയാണ് സൗകര്യം. ആൾക്കുരങ്ങുകളിൽ നിന്ന് ഹോമിനിഡുകളുടെ ശരീരഘടനയിൽ വന്ന ഈ വ്യതിയാനങ്ങൾ മനുഷ്യപരിണാമ ചരിത്രത്തിലെ ഏറ്റവും പ്രധാനപ്പെട്ട ഘടകങ്ങളാണ്.

പ്രൈമേറ്റുകളിൽ നിന്ന് ആധുനിക മനുഷ്യനിലേക്ക് പിരിവുകളും ഉൾപ്പിരിവുകളും

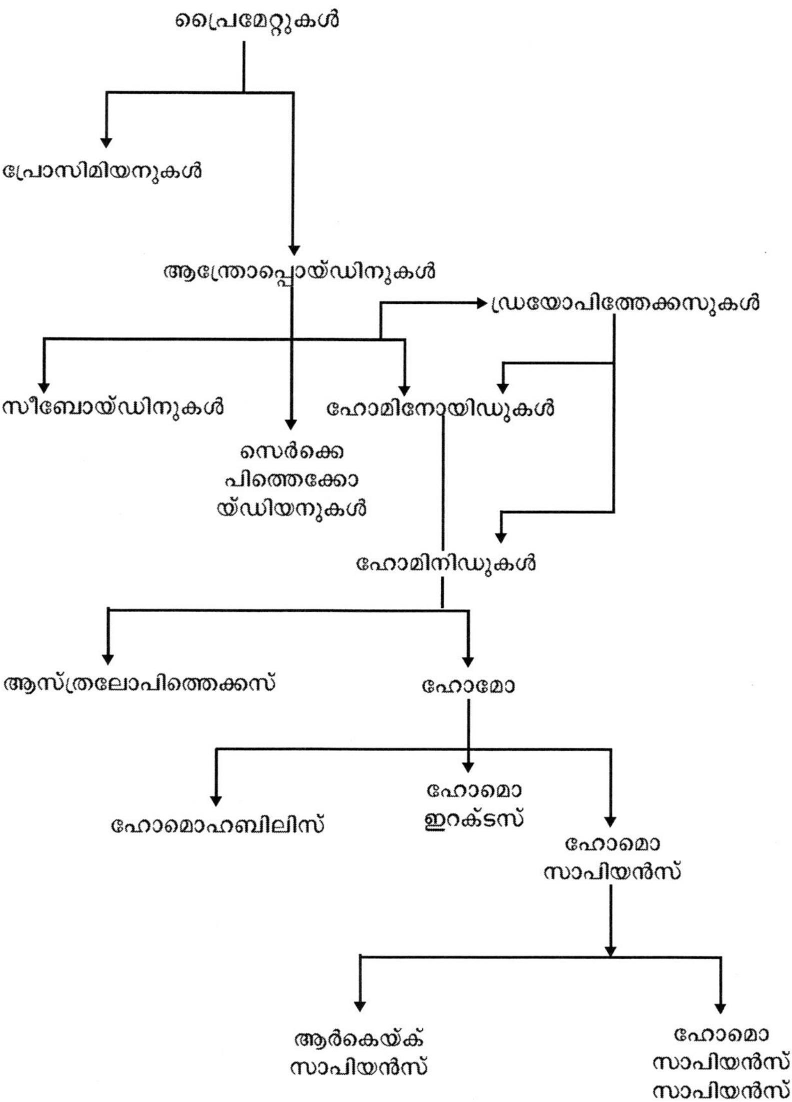

* കൃശലേറിസ് (കുട്ടിത്തേവാങ്ക്) ലോറിസ് ടാർസിയൻ ലിമുറുകൾ (മലഗസി)	പ്രോസിമിയൻ ജീവികൾ
* അണ്ണാൻ കുരങ്ങ് കാപ്പൂച്ചിയൻ ടമാറിൻ മാർമൊസെറ്റ്	സീബോയ്ഡിയൻ ജീവികൾ
ഒലീവ് ബാബൂൺ, മക്കാക്കുകൾ, സിംഹവാലൻ, മങ്ഗാബി, ഗുയേനോണുകൾ, ലാംഗൂർ, കരിങ്കുരങ്ങ്.	സെർക്കൊ പിത്തെക്കോയ്ഡിയൻ ജീവികൾ
ഗിബ്ബണുകൾ, ഡിയാമങ്, ഒറാങ് ഉട്ടാൻ, ഗൊറില്ല, ചിമ്പാൻസി, ബോണോബു	ഹോമിനോയ്ഡിയൻ ആൾക്കുരങ്ങുകൾ
ആൾക്കുരങ്ങുകളുടെയും മനുഷ്യകുടുംബത്തിന്റെയും പൊതുപൂർവികർ എന്നാണ് ധാരണ.	ഡ്രയോപിത്തെക്കസ്
ജാവാ മനുഷ്യൻ, ചീനാ മനുഷ്യൻ (പീക്കിംഗ് മനുഷ്യൻ)	ഹോമൊ ഇറക്ടസ്
ഹെയ്ഡൽബർഗ് മനുഷ്യൻ, നിയാണ്ടർത്താൽ മനുഷ്യൻ	ആർകെയ്ക് സാപിയൻസ്
ക്രോമാനോൺ മനുഷ്യൻ.	ഹോമൊ സാപിയൻസ് സാപിയൻസ്

മനുഷ്യന്റെ പരിണാമചരിത്രത്തിലെ ആദ്യ 'ഹോമിനിഡ്' ആരായിരുന്നുവെന്നത് ഒരു തർക്കവിഷയമാണ്. പൊതുവെ അംഗീകരിച്ചിരിക്കുന്നത് ആസ്ത്രലോപിത്തെക്കസ് ആണ് മാനവകുടുംബത്തിലെ ഏറ്റവും പുരാതന ജീവിയെന്നാണ്. അതിന്റെ സവിശേഷതകളിലേക്കു പോകുന്നതിനുമുമ്പ് ഗവേഷകർക്കിടയിൽ വ്യത്യസ്തമായ അഭിപ്രായങ്ങളുണ്ടാക്കിയ രാമാപിത്തെക്കസിനെക്കുറിച്ച് ചില വിവരങ്ങൾ പരിശോധിക്കേണ്ടതുണ്ട്.

അമേരിക്കയിലെ യേൽ സർവകലാശാലയിൽ നിന്ന് ഇന്ത്യയിലെ ശിവാലിക് കുന്നുകളിൽ പഠനത്തിനെത്തിയ ഗവേഷകനായിരുന്നു ജി ഇ ലെവിസ്. ഹിമാചൽ പ്രദേശിലെ ഒരു ഗ്രാമത്തിൽ നിന്നും അദ്ദേഹത്തിന് ഒരു മേൽത്താടിയെല്ല് ലഭിക്കുകയുണ്ടായി. 120ലക്ഷം കൊല്ലത്തോളം പഴക്കമുള്ള ഒരു ഫോസിലായിരുന്നു അത്. അതിന്റെ അണപ്പല്ലുകളുടെയും ദംഷ്ട്രയുടെ കുഴിയുടെയും സ്വഭാവത്തെ ആധാരമാക്കി

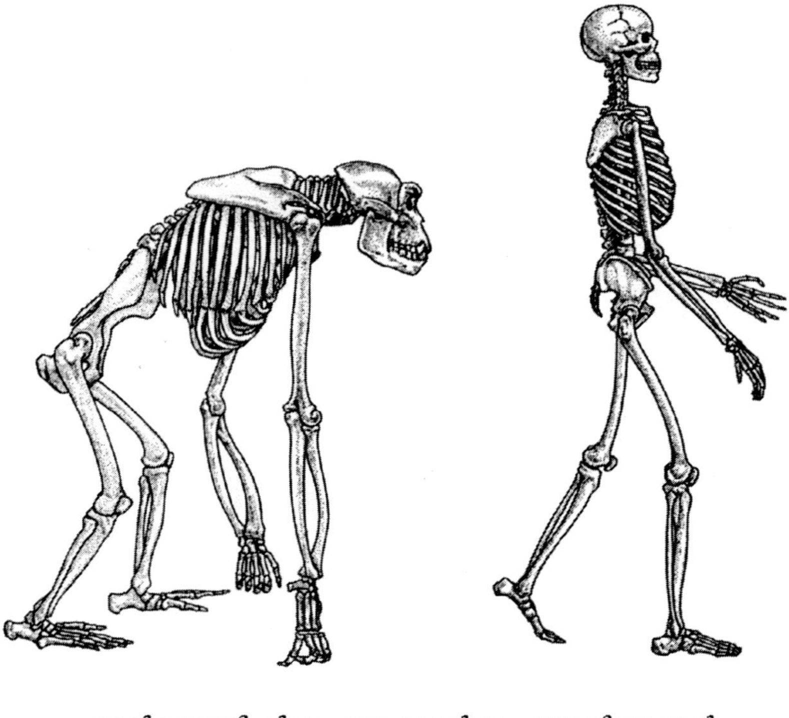

ആൾക്കുരങ്ങിന്റെയും മനുഷ്യന്റെയും അസ്ഥികൂടങ്ങൾ. കുരങ്ങിന് കാലുകളേക്കാൾ കൈകൾക്ക് നീളം കൂടുതൽ; മനുഷ്യന് നേരെ തിരിച്ചും.

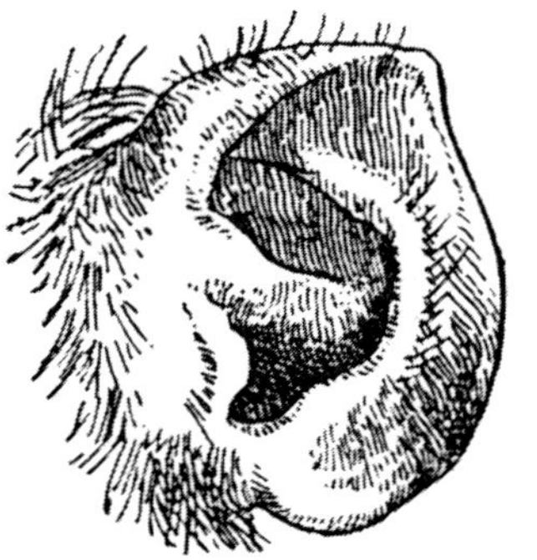

ആൾക്കുരങ്ങിന്റെ ചെവി

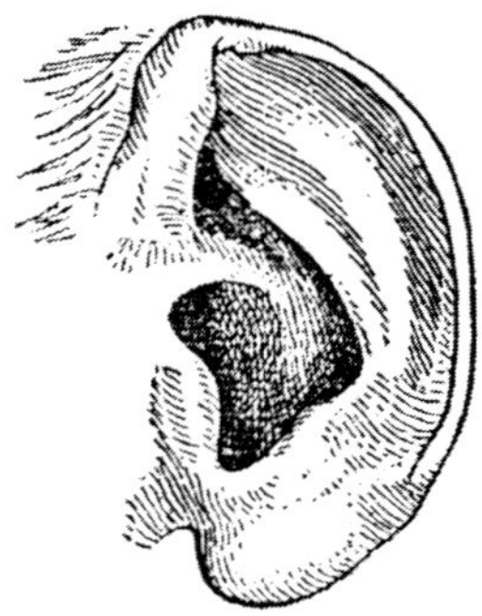

മനുഷ്യന്റെ ചെവി

ഈ ഫോസിൽ ഹോമിനിഡുകളിൽ പെടുന്നതാണെന്ന് അദ്ദേഹം വാദിച്ചു. 'രാമാപിത്തെക്കസ് ബ്രവിറോസ്റ്റീസ്' എന്നാണ് അതിനു പേരുനൽകിയത്. അതേ സർവകലാശാലയിലെ തന്നെ ഡോ. സൈമൺസ് ഫോസിലുകളുടെ താരതമ്യപഠനം നടത്തി മാനവരാശിയുടെ ആദ്യകുടുംബാംഗം രാമാപിത്തെക്കസ് തന്നെയാണെന്ന് സമർത്ഥിക്കുകയുണ്ടായി. സമാന സ്വഭാവമുള്ള ഫോസിലുകൾ പാക്കിസ്ഥാനിലെ ചിഞ്ചിയിൽ നിന്നും തുർക്കി, ഗ്രീസ്, ഹംഗറി, ചൈന എന്നിവിടങ്ങളിൽ നിന്നും ലഭിച്ചിട്ടുണ്ട്. എല്ലാം താടിയെല്ലുകൾ മാത്രം. രാമാപിത്തെക്കസ് നാൽക്കാലിയായിരുന്നോ ഇരുകാലിൽ നിവിർന്നു നടന്നിരുന്നോ എന്നു തീർത്തുപറയാൻ തക്ക തെളിവുകളില്ല. അണപ്പല്ലുകളുടെ വലിപ്പം, തേയ്മാനം എന്നിവ സൂചിപ്പിക്കുന്നത് ഭക്ഷണം ചവച്ചരച്ചു കഴിച്ചിരുന്നുവെന്നാണ്. എന്നാൽ ഇപ്പോഴും രാമാപിത്തെക്കസ് മനുഷ്യകുടുംബത്തിലെ ആദ്യ അംഗമായി അംഗീകരിക്കപ്പെട്ടിട്ടില്ല. ഒറാങ് ഊട്ടാനിനോട് സാദൃശ്യമുള്ള ഒന്നായിട്ടാണ് ഇപ്പോൾ രാമാപിത്തെക്കസിനെ പൊതുവിൽ അംഗീകരിച്ചിരിക്കുന്നത്. ഇന്ത്യയിൽ നിന്നും കണ്ടെത്തിയ 'ശിവ പിത്തെക്കസ്' എന്ന കുരങ്ങു ഫോസിൽ ആൾക്കുരങ്ങുകളുടെയും ഹോമിനിഡുകളുടെയും പൊതുപൂർവികനെന്നു വിശേഷിപ്പിക്കപ്പെടുന്ന ഡ്രയോപിത്തെക്കസിന്റെ വിഭാഗത്തിൽ പെട്ടതാണെന്ന് മുമ്പ് പറഞ്ഞതാണല്ലോ.

ആസ്ത്രലോ
പിത്തെക്കസ്

ആസ്ത്രലൊ പിത്തെക്കസുകൾ

മനുഷ്യരാശിയുടെ ആദ്യകുടുംബം ഹോമിനിഡുകളുടേതാണെന്ന് (ഹോമിനിഡെ) വ്യക്തമാക്കിയതാണല്ലോ. ഹോമിനിഡുകൾ വീണ്ടും 'ആസ്ത്രലൊ പിത്തെക്കസ്' , 'ഹോമൊ' എന്നീ രണ്ടു വിഭാഗങ്ങളായി മാറുകയുണ്ടായി. ആസ്ത്രലൊ പിത്തെക്കസിനെ മനുഷ്യ പരിണാമ ചരിത്രത്തിലെ 'ആദ്യ ഹോമിനിഡ്' എന്ന് പൊതുവായി അംഗീകരിച്ചിരിക്കുന്നു. ലാറ്റിൻ പദമായ ആസ്ത്രൽ (Austral) – വടക്കൻ – എന്നതും ഗ്രീക്ക് പദമായ പിതേക്കസ് (Pithekos) – ആൾക്കുരങ്ങ് – എന്നതും ചേർന്നാണ് ആസ്ത്രലോ പിത്തെക്കസ് എന്ന വാക്കുണ്ടായത്. ഈ പേരു നൽകാൻ കാരണം മനുഷ്യന്റെ ആദ്യകാല രൂപത്തിന് ഒരാൾക്കുരങ്ങിന്റെ സവിശേഷതകൾ അപ്പോഴുമുണ്ടായിരുന്നതാണ്.

ആസ്ത്രലോ പിത്തെക്കസിനെ ആദ്യമായി കണ്ടെത്തിയത് 1924–ലാണ്. ദക്ഷിണാഫ്രിക്കയിലെ ശരീര ശാസ്ത്ര പ്രൊഫസറായ റെയ്മണ്ട് ഡാർട് എന്ന ശാസ്ത്രജ്ഞനാണ് അതിന് നേതൃത്വം കൊടുത്തത്. ടോങ് എന്ന സ്ഥലത്ത് കുമ്മായക്കല്ല് വെട്ടുന്നതിനിടയിൽ കിട്ടിയ

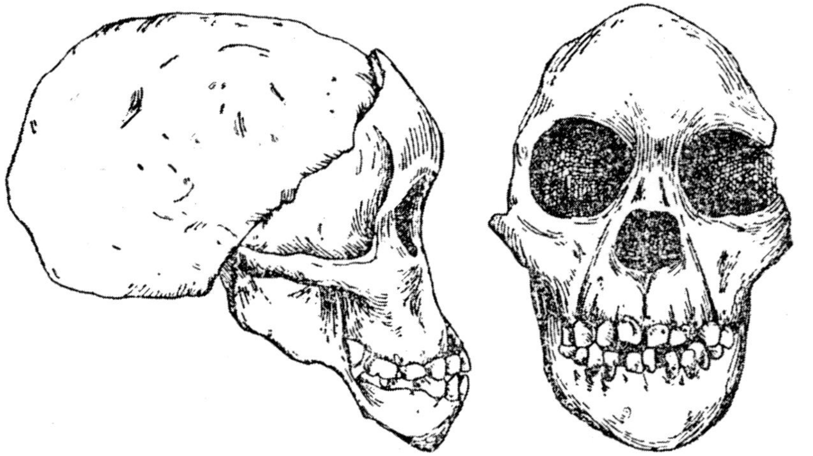

ആസ്ത്രലോ പിത്തെക്കസ് – ആദ്യ ഫോസിലിന്റെ ചിത്രം

പാറക്കട്ടകൾ അദ്ദേഹത്തിന് പരിശോധനയ്ക്ക് ലഭിച്ചു. അതിൽ തലച്ചോറിന്റെ ആകൃതിയും വലിപ്പവും സ്പഷ്ടമായി കണ്ടു. വളരെക്കാലത്തെ പ്രയത്നത്തിനു ശേഷം പാറക്കട്ടയിൽ നിന്ന് ഫോസിൽ വേർതിരിച്ചെടുക്കാൻ അദ്ദേഹത്തിന് കഴിഞ്ഞു. കുരങ്ങുകളെക്കാൾ വലിയ തല

ച്ചോറും പരന്ന മുഖവും ചെറിയ ദംഷ്ട്രയും അതിനുണ്ടായിരുന്നു. മനുഷ്യരുടെ പൂർവികനായി പരിഗണിക്കാവുന്ന ഒരു ജീവിയാണതെന്ന് ഡാർട്ടിന് തോന്നി. 'ആസ്ത്രലോ പിത്തെക്കസ് ആഫ്രിക്കാനസ്' എന്ന ദ്ദേഹം അതിനു പേരിട്ടു. തുടർന്ന് 1936-നും 1949- നും ഇടയിൽ തെക്കേ ആഫ്രിക്കയിലെ ജോഹന്നാസ് ബർഗിലെ സ്റ്റെർക്ക് ഫോൺടെയ്നിൽ നിന്നും ക്രോംഡ്രായിൽ നിന്നും സ്വർത്ത് ക്രാൻസിൽ നിന്നും നിരവധി ഫോസിലുകൾ ലഭിക്കുകയുണ്ടായി. പുരാജീവശാസ്ത്രജ്ഞനായ റോബർട് ബ്രൂം ആണ് അതിന് നേതൃത്വം നൽകിയത്. ഇവയെല്ലാം ആസ്ത്രലോ പിത്തെക്കസിനോട് സാദൃശ്യമുള്ളവയായിരുന്നു. പ്രായ

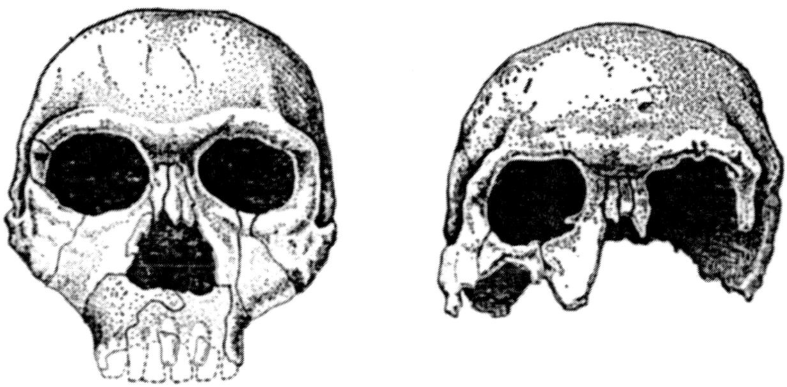

ആസ്ത്രലോ പിത്തെക്കസ് - മറ്റു ഫോസിലുകൾ

പൂർത്തിയവരുടെ അവശേഷങ്ങളായ തലയോടുകളും ശരീരാസ്ഥികളും നട്ടെല്ല്, തുടയെല്ല്, ശ്രോണീവലയം എന്നിവയും അത്തരം ഫോസിലുകളിലുണ്ടായിരുന്നു.

അപൂർണമായ ഫോസിലുകൾക്ക് ശേഷം 1974-ൽ എത്യോപ്യയിൽനിന്ന് പൂർണരൂപത്തിലുള്ള ഒരു ഫോസിൽ ലഭിക്കുകയുണ്ടായി. ഒരു സ്ത്രീയുടേതായിരുന്നു അത്. 'ലൂസി' എന്ന് പേരിട്ട ആ ഫോസിലിന് 36ലക്ഷം വർഷം പഴക്കമുണ്ട്. മനുഷ്യവർഗത്തിന്റെ ആദ്യ മാതാവായി വിശേഷിപ്പിക്കുന്ന ആ ഫോസിലിന് ആസ്ത്രലോ പിത്തെക്കസ് അഫെറൻസിസ് (Astrolopithecus afarensis) എന്നാണ് പേരുനൽകിയത്. തലച്ചോറ് ചിമ്പാൻസിയുടേതിനേക്കാളും വലുതായിരുന്നു. പരന്ന മുഖം. ലൂസി രണ്ടുകാലിൽ നടന്നിരിക്കാമെന്നും ഇല്ലെന്നും ശാസ്ത്രജ്ഞർക്കിടയിൽ അഭിപ്രായങ്ങളുണ്ട്. പിന്നീട് ലൂസിയെക്കാളും പഴക്കമുള്ള പല ഫോസിൽ സ്പീഷിസുകൾ കണ്ടെത്തുകയുണ്ടായി. 2002-ൽ മൈക്കേൽ ബ്രൂണെറ്റ് എന്ന ശാസ്ത്രജ്ഞന്റെ നേതൃത്വത്തിൽ

സഹാറയിൽ നിന്ന് ഒരു ഫോസിൽ കണ്ടെത്തുകയുണ്ടായി. 60–70 ലക്ഷം വർഷങ്ങൾ പഴക്കമുള്ള തലയോടാണ് ലഭിച്ചത്. ഇതൊരു ആദിമ ഹോമിനിഡ് ഫോസിൽ ആണെന്ന് കരുതപ്പെടുന്നു. ആസ്ത്രലോപിത്തെക്കസിൽ തന്നെ ഒന്നിലധികം സ്പീഷിസ് ഉണ്ടായിരുന്നുവെന്ന് വിശ്വസിക്കേണ്ടി വരുന്നതും ഫോസിലുകളുടെ വൈവിധ്യം കാരണമാണ്.

ദക്ഷിണാഫ്രിക്കയിലെ ആസ്ത്രലൊ പിത്തെക്കസ് ഫോസിലുകളെ രണ്ടുതരമായി കണക്കാക്കാം. കട്ടിയുള്ള എല്ലുകളും വലിയ അണപ്പല്ലുകളുമുള്ള ഒരു വിഭാഗവും കട്ടികുറഞ്ഞ എല്ലുകളും ചെറിയ അണപ്പല്ലുകളുമുള്ള മറ്റൊരു വിഭാഗവും. ആദ്യത്തെ വിഭാഗത്തെ ആസ്ത്രലൊപിത്തെക്കസ് റോബസ്റ്റസ് എന്ന സ്പീഷിസിലും രണ്ടാമത്തെ വിഭാഗത്തെ ആസ്ത്രലൊ പിത്തെക്കസ് ആഫ്രിക്കാനസ് എന്ന സ്പീഷിസിലും ഉൾപ്പെടുത്താം. ആഫ്രിക്കയെ മനുഷ്യ പരിണാമപഠനങ്ങളുടെ കേന്ദ്രബിന്ദുവാക്കിയത് മേരി–ലൂയി ലീക്കി ദമ്പതിമാരാണ്. കിഴക്കെ ആഫ്രിക്കയിലെ ഓൾഡുവായ് ജോർജ് മലയിടുക്ക് വളരെ പ്രസിദ്ധമാണ്. അവിടെ മേരി ലീക്കിയും ലൂയി ലീക്കിയും നടത്തിയ 40 വർഷത്തെ ഗവേഷണങ്ങൾ മനുഷ്യ പരിണാമ ചരിത്രത്തിലെ വിസ്മയങ്ങളായി മാറി. അവിടുത്തെ ഗുഹയിൽ ആഗ്നേയ പദാർത്ഥങ്ങളുടെ അട്ടികളുള്ളതിനാൽ ഫോസിലുകളുടെ കാലപ്പഴക്കം നിർണ്ണയിക്കുക എളുപ്പമായിരുന്നു. ആസ്ത്രലൊ പിത്തെക്കസിന്റെ സവിശേഷതകൾ ഉൾക്കൊള്ളുന്ന തലയോട് മേരി ലീക്കിക്കും ലഭിക്കുകയുണ്ടായി. എത്യോപ്യ, കെനിയ, താൻസാനിയ തുടങ്ങിയ സ്ഥലങ്ങളിൽ നിന്നും അത്തരം ഫോസിലുകൾ തുടർന്ന് ലഭിച്ചു. മനുഷ്യപരിണാമത്തിലെ ആദ്യകണ്ണിയായി ആസ്ത്രലൊ പിത്തെക്കസ് അംഗീകരിക്കപ്പെടുന്നത് അങ്ങനെയാണ്.

ഹോമൊ ഹബിലിസ്

അസ്ഥിയുടെ ഘടനയനുസരിച്ചാണ് ആസ്ത്രലൊ പിത്തെക്കസുകളുടെ വിവിധ സ്പീഷിസുകളെ തിരിച്ചറിയുന്നത്. തലയോടു

കളുടെയും താടിയെല്ലുകളുടെയും ഘടനയിലുള്ള വ്യത്യാസത്തെ അതിനു കണക്കിലെടുക്കുന്നു. 1949–ൽ റോബർട് ബ്രൂം കണ്ടെത്തിയ ഫോസിലുകളിൽ രണ്ടുകാലിൽ നടക്കുന്നവയുടെ തെളിവുകളുണ്ടായിരുന്നു. താൻസാനിയയിൽ നിന്ന് ലഭിച്ച ഫോസിൽ കാൽച്ചുവടുകളിൽ നിന്നും ഹഡാർ, എത്യോപ്യ എന്നിവിടങ്ങളിൽ കണ്ടെത്തിയ ഫോസിലുകളിലും രണ്ടുകാലിൽ നടന്ന മനുഷ്യ പൂർവികരെക്കുറിച്ച് മനസ്സിലാക്കാൻ കഴിഞ്ഞിട്ടുണ്ട്.

ഏകദേശം 25 ലക്ഷം വർഷങ്ങൾക്കുമുമ്പ് ഭൂമിയുടെ ഭൂരിഭാഗവും ഐസുകൾ കൊണ്ട് മൂടിയപ്പോൾ കാലാവസ്ഥയിലും സസ്യജാലങ്ങളിലും വലിയ പരിവർത്തനങ്ങളുണ്ടായി. അന്തരീക്ഷതാപം കുറഞ്ഞതും മഴയുടെ ആധിക്യവും വനങ്ങൾ പുൽമേടുകളായി മാറിയതും ആസ്ത്രലൊ പിത്തെക്കസുകളുടെ ജീവിതരീതിയെയും ബാധിച്ചിരി

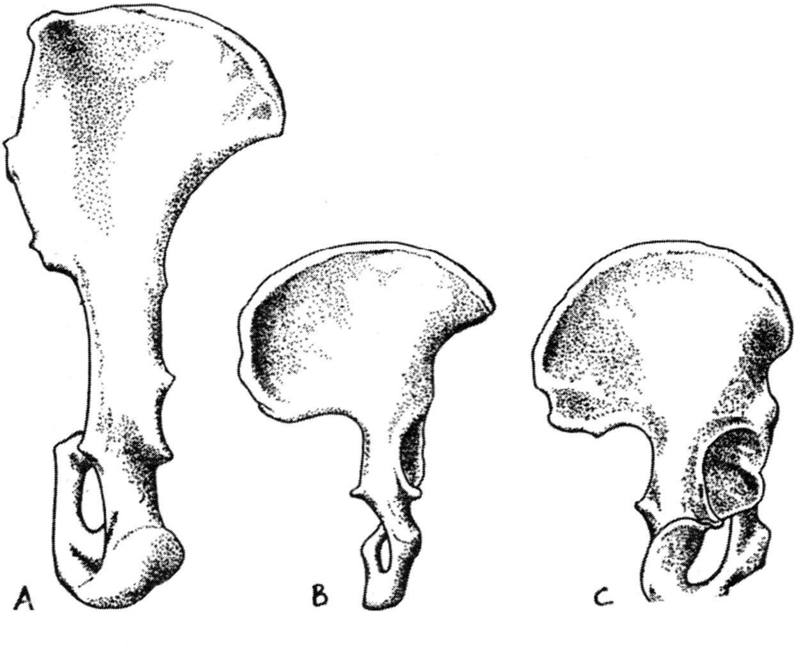

വസ്തിപ്രദേശം (pelvis) ആൾക്കുരങ്ങിലും (A), ആസ്ത്രലൊ പിത്തെക്കസിലും (B), മനുഷ്യനിലും (C).
B, C എന്നിവക്ക് A - യെക്കാൾ നീളം കുറവാണ്. മനുഷ്യന്റെ വസ്തിപ്രദേശത്തിന്റെ മുകൾഭാഗം വീതി കൂടിയിരിക്കുന്നു. ആസ്ത്രലൊ പിത്തെക്കസുകളുടെ താഴ്ഭാഗം ആൾക്കുരങ്ങിനോടും മുകൾഭാഗം മനുഷ്യനോടും സാമ്യമുള്ളതാണ്.

ക്കാം. ബലിഷ്ഠമായ അസ്ഥിയുള്ളവരും ദുർബലമായ അസ്ഥിയുള്ളവരുമായി രണ്ടു സ്പീഷിസിലെ ആസ്ത്രലൊ പിത്തെക്കസുകളെക്കുറിച്ച് വ്യക്തമാക്കിയതോർക്കുമല്ലോ. ഇരുവിഭാഗവും ഒരുമിച്ച് ആഫ്രിക്കയിൽ ജീവിച്ചിരുന്നവയാണ്. സസ്യഭുക്കുകളായിരുന്ന ബലിഷ്ഠവിഭാഗക്കാർ ഉപകരണങ്ങളൊന്നും ഉപയോഗിച്ചിരുന്നില്ല. എന്നാൽ മാംസഭുക്കുകൾ കൂടിയായിരുന്ന മറ്റേ വിഭാഗം മൃഗങ്ങളെ ഭീഷണിപ്പെടുത്താനും ഓടിക്കാനും കല്ലുകളും എല്ലുകളും മരക്കൊമ്പുകളുമൊക്കെ ഉപയോഗിച്ചിരുന്നു. എന്നാൽ കല്ലുകൾ വെട്ടി ആയുധങ്ങളുണ്ടാക്കുവാൻ അവർക്കറിയാമായിരുന്നില്ല. എന്നാലും ഉപകരണങ്ങളുപയോഗിച്ചത് മസ്തിഷ്കവികാസത്തിന് വഴിയൊരുക്കുകയും അവർ ഹോമൊ ഹബിലിസുകളായി (ആസ്ത്രലൊ പിത്തെക്കസ് (ഹോമൊ) ഹബിലിസ്) പരിണമിക്കുകയും ചെയ്തു. മാറ്റം വരാതെ നിന്ന ബലിഷ്ഠ വിഭാഗക്കാർ 'ഹോമൊ ഇറക്ടസ്' വിഭാഗത്തിന്റെ ആവിർഭാവത്തോടെ ഇല്ലാതാവുകയും ചെയ്തു. കൂടുതൽ വരണ്ട സാഹചര്യങ്ങളിൽ ജീവിക്കാൻ കഴിയുന്ന ജീവിവർഗത്തിന്റെ ഉത്ഭവമാണ് 'ഹോമൊ' ജനുസ്സിന്റെ ആവിർഭാവത്തോടെയുണ്ടായത്. 'ഹോമൊ' വിഭാഗങ്ങൾ അങ്ങനെ മനുഷ്യപരിണാമ ചരിത്രത്തിലെ അടുത്ത നിരയിൽപ്പെടുന്നു.

ഹോമൊ

'മനുഷ്യൻ' എന്നർത്ഥം വരുന്ന ലാറ്റിൻ പദമാണ് ഹോമൊ. ഹോമൊ വിഭാഗങ്ങൾ ഒന്നിലേറെയുണ്ട്. ഓരോന്നിന്റെയും സ്വഭാവസവിശേഷതകളുടെയടിസ്ഥാനത്തിൽ 'ഹോമൊഹബിലിസ്' (പണിയായുധ നിർമ്മാതാവ് – tool maker), ഹോമൊ ഇറക്ടസ് (നിവർന്നു നടക്കുന്ന മനുഷ്യൻ – the upright man), ഹോമൊ സാപിയൻസ് (ബുദ്ധി

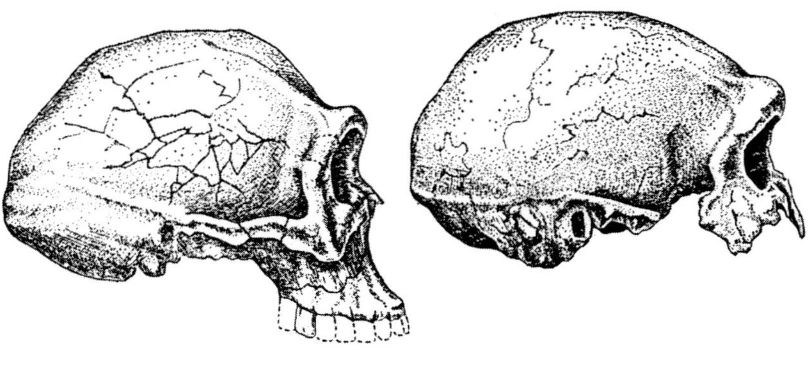

ഹോമൊ ഹബിലിസിന്റെ തലയോട്

യുള്ള/ചിന്തിക്കുന്ന മനുഷ്യൻ – the wise or thinking man) എന്നിങ്ങനെ മൂന്നായി ഹോമൊകളെ വിഭജിച്ചിരിക്കുന്നു.

ആസ്ത്രലൊ പിത്തെക്കസുകളുടെ ഫോസിലുകൾ കണ്ടെടുത്ത താൻസാനിയയിലെ ഓൾഡുവായ് ജോർജ് ഗുഹയെക്കുറിച്ച് മുമ്പ് വ്യക്തമാക്കിയതാണല്ലോ. അവിടെനിന്ന് 1961–ൽ മേരി ലീക്കിയും ലൂയി ലീക്കിയും വീണ്ടും ഫോസിലുകൾ കണ്ടെത്തി. എന്നാലിതിന് ആസ്ത്രലൊ പിത്തെക്കസിനെക്കാൾ ഘടനയിലും രൂപത്തിലും വ്യത്യാസമുണ്ടായിരുന്നു. മനുഷ്യസാദൃശ്യം കൂടുതൽ തോന്നിച്ച തലയോടും കീഴ്ത്താടിയെല്ലുമാണ് ലഭിച്ചത്. ഈ ഫോസിലുകൾക്ക് 'ഹോമൊ ഹബിലിസ്' എന്നവർ പേരിട്ടു. മസ്തിഷ്കവലിപ്പം കണക്കിലെടുത്താൽ ഹബിലിസുകളെ ഹോമൊ ജനുസ്സിൽ ഉൾപ്പെടുത്താനാവില്ലെന്ന് ചില ജന്തുശാസ്ത്രജ്ഞന്മാർ വാദിച്ചു. എന്നാൽ ആയുധങ്ങൾ നിർമ്മിക്കുന്ന ഹോമിനിഡുകളാണ് 'ഹോമൊ'യെന്നും അതിനാൽ ഹബിലിസിനെ 'ഹോമൊ'യിൽ ഉൾപ്പെടുത്താമെന്നും പുരാവസ്തുശാസ്ത്രജ്ഞന്മാർ അഭിപ്രായപ്പെടുന്നു. മാത്രമല്ല കെനിയയിലെ കൂബിഫോറ എന്ന സ്ഥലത്തുനിന്നും പിന്നീടു ലഭിച്ച ഇതേ വിഭാഗത്തിലുള്ള തലയോടിൽ നിന്നും മസ്തിഷ്കവലിപ്പം കൂടുതലുണ്ടായിരുന്നുവെന്ന് മനസ്സിലാവുകയും ചെയ്തു. എത്യോപ്യയിലെ ഓമോ (Omo)യിൽ നിന്നും ഹബിലിസുകളുടെ ഫോസിൽ കണ്ടെത്തുകയുണ്ടായി. എന്തായാലും ആസ്ത്രലോ പിത്തെക്കസുകളുടെയും ഹോമൊയുടെയും ഇടയ്ക്കുള്ള അതിർവരമ്പത്താണ് ഹബിലിസുകളുടെ സ്ഥാനമെന്ന് കണക്കാക്കേണ്ടി വരും. അതിനാൽ ആസ്ത്രലോ പിത്തെക്കസ് ഹബിലിസ് എന്നും ആസ്ത്രലോ പിത്തെക്കസ് (ഹോമൊ) ഹബിലിസെന്നും ഇവയെ വിശേഷിപ്പിക്കാറുണ്ട്. ഇവയുടെ പരിണാമപരമായ പ്രാധാന്യത്തെ

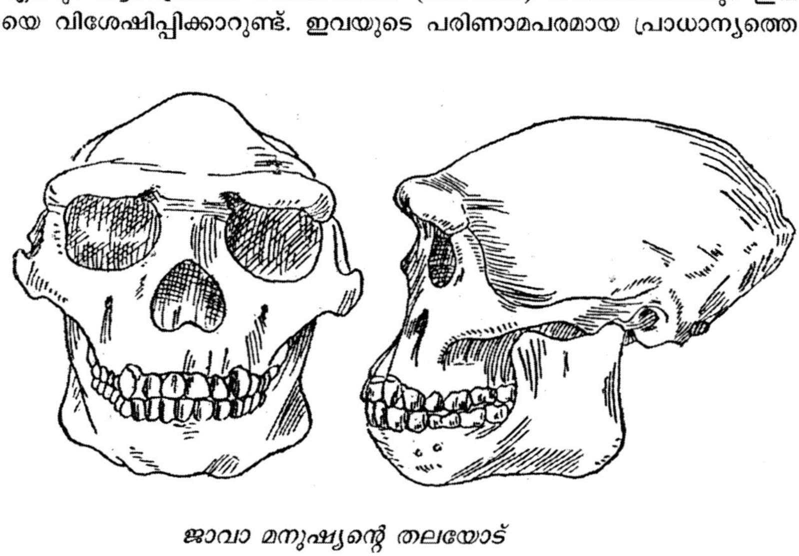

ജാവാ മനുഷ്യന്റെ തലയോട്

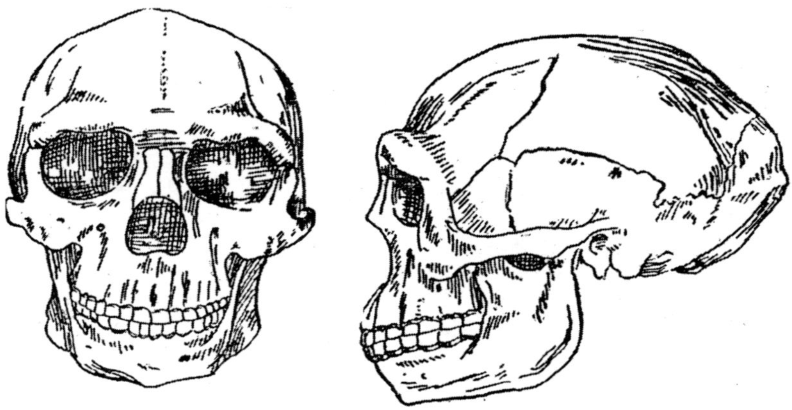

ചീനാ മനുഷ്യന്റെ തലയോട്

ആർക്കും നിഷേധിക്കാനാവില്ല. 20ലക്ഷം കൊല്ലങ്ങൾക്കു മുമ്പുമുതൽ 15ലക്ഷം കൊല്ലങ്ങൾക്കു മുമ്പുവരെയുള്ള കാലയളവിൽ ഹബിലിസ് ഹോമൊ ഇറക്ടസ് ആയി പരിണമിച്ചു.

ഹോമൊ ഇറക്ടസിന്റെ ആദ്യകാല ഫോസിലുകൾ ആഫ്രിക്കയിൽ നിന്നും ഏഷ്യയിൽ നിന്നും കണ്ടെടുത്തിട്ടുണ്ട്. കെനിയയും ജാവയുമാണ് അവയിൽ പ്രധാനപ്പെട്ട സ്ഥലങ്ങൾ. ആഫ്രിക്കയിൽ നിന്നും കണ്ടെടുത്തവയെക്കാൾ കാലപ്പഴക്കം കുറവാണ് ഏഷ്യയിൽ നിന്നും കിട്ടിയവ. കിഴക്കൻ ആഫ്രിക്കയിലേക്കും അവിടെനിന്ന് തെക്കനേഷ്യയിലേക്കും വടക്കു കിഴക്കെ ഏഷ്യയിലേക്കും ഹോമിനിഡുകൾ കുടിയേറിയിട്ടുണ്ടാകാമെന്നാണ് അതിലൂടെ അനുമാനിക്കുന്നത്.

ഹോളണ്ടിലെ ശരീരശാസ്ത്ര പ്രൊഫസറായിരുന്ന ഡോക്ടർ യൂജിൻ ഡുബോയി ജാവയിൽ ഗവേഷണം നടത്തിയ ആളാണ്. അദ്ദേഹത്തിന് 1891–ൽ അവിടെനിന്ന് കിട്ടിയ തലയോടിന്റെ ഫോസിൽ ആധുനിക മനുഷ്യന്റെയോ ആൾക്കുരങ്ങിന്റെയോ ആയിരുന്നില്ല. പിന്നീട് കിട്ടിയ തുടയെല്ലിനും തലയോടിനും നാലുലക്ഷം കൊല്ലം പഴക്കമുണ്ടായിരുന്നു. തുടയെല്ല് ആധുനിക മനുഷ്യന്റേതിനു സമാനമായിരുന്നപ്പോൾ തലയോടിന് ആധുനിക മനുഷ്യനിൽ നിന്ന് പല വ്യത്യാസങ്ങളുമുണ്ടായിരുന്നു. 'പിത്തെക്കാൻ ത്രോപ്പസ് ഇറക്ടസ്' (നിവർന്നു നടക്കുന്ന കുരങ്ങു മനുഷ്യൻ) എന്നാണ് ഡുബോയി അതിനു പേരിട്ടത്. ജാവാ മനുഷ്യൻ എന്ന പേരിൽ പിന്നീടതു പ്രസിദ്ധമായി. ചൈനയിൽ ഫോസിൽ ഗവേഷണത്തിലേർപ്പെട്ടിരുന്ന ശാസ്ത്രജ്ഞരാണ് സ്വീഡൻകാരനായ ജോൺ ഗുന്നാർ ആൻഡേർസണും കാനഡക്കാരനായ ഡോ. ഡേവിഡ്സൺ ബ്ളാക്കും. ബീജിംഗിനടുത്ത (മുൻപ് പീക്കിംഗ് എന്നായിരുന്നു പേര്) ഗുഹകളിൽ നിന്ന് 1928–ൽ അപൂർണാവ

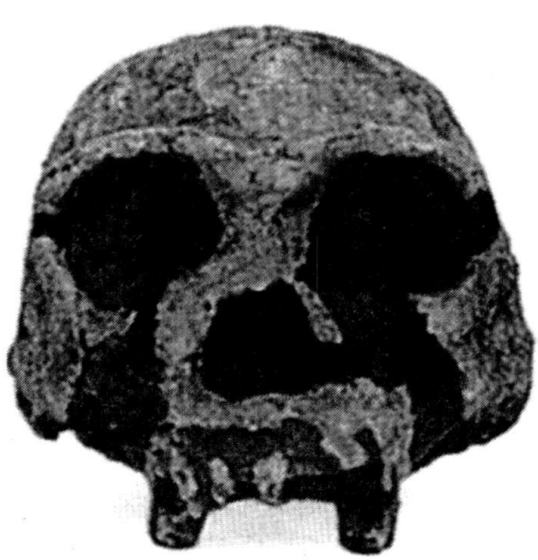

ആഫ്രിക്കൻ ഹോമൊ ഇറക്ടസ്

സ്ഥയിലുള്ള ഒരു തലയോടും കീഴ്ത്താടിയെല്ലും അവർക്കു ലഭിച്ചു. 'സൈനാൻ ത്രോപ്പസ് പീക്കിനെൻസി' (പീക്കിംഗിലെ ചൈനാക്കുരങ്ങ്) എന്നാണതിനു പേരിട്ടത്. ചീനാ മനുഷ്യൻ എന്ന പേരിൽ ഇതു പ്രസിദ്ധമായി. ജാവാ മനുഷ്യനോട് ഇതിനു സാമ്യമുണ്ടായിരുന്നു. ജാവാ മനുഷ്യന്റെയും ചീനാ മനുഷ്യന്റെയും കൂടുതൽ ഫോസിലുകൾ വീണ്ടും ലഭിക്കുകയുണ്ടായി. 1950–നുശേഷം ഇവയോട് സാമ്യമുള്ള ഫോസിലുകൾ ലോകത്തിന്റെ മറ്റു ഭാഗങ്ങളിൽനിന്നും ലഭിക്കുകയുണ്ടായി. ഇവയെല്ലാം ഒരേ സ്പീഷിസിൽ ഉൾപ്പെടുത്തേണ്ടവയാണെന്ന് ബോധ്യമായി. ആധുനിക മനുഷ്യനോടുള്ള സാമ്യം വ്യക്തമായതിനാൽ 'ഹോമൊ' വിഭാഗത്തിലുൾപ്പെടുത്തിയ ഇവ 'ഹോമൊ ഇറക്ടസ്' എന്ന പേരിലറിയപ്പെടുന്നു.

കട്ടിയുള്ള അസ്ഥികളാണ് 'ഇറക്ടസി'ന്റെ ഫോസിലുകൾ. അവയുടെ ശരാശരി മസ്തിഷ്കവലിപ്പം 950 ഘനസെന്റിമീറ്ററായിരുന്നു. പല്ലുകളുടെ ഘടനയും സ്വഭാവവും ആധുനിക മനുഷ്യന്റേതുപോലെ തന്നെ. ഹോമൊ ഇറക്ടസിൽ കുട്ടികളുടെ തലയോടിന് കട്ടി താരതമ്യേന കുറവായിരുന്നു. ഇങ്ങനെയുള്ള ശൈശവലക്ഷണങ്ങൾ തുടർന്നതിനാൽ പരിണാമം സാധ്യമായെന്നും ആധുനിക മനുഷ്യന്റെ കട്ടികുറഞ്ഞ തലയോട് അത് സൂചിപ്പിക്കുന്നുണ്ടെന്നും പറയാവുന്നതാണ്. ഏകദേശം നാല് ലക്ഷം വർഷങ്ങൾ മുമ്പുവരെ ഹോമൊ ഇറക്ടസുകൾ ജീവിച്ചിരുന്നുവെന്ന് കരുതുന്നു. അതുവരെയുള്ള അവയുടെ ഫോസിലുകൾ ലഭ്യമാണ്. ഹോമൊ സാപിയൻസ് വിഭാഗത്തിലെ ഏറ്റവും പുരാതനമായ ഫോസിലിന് മൂന്നരലക്ഷം കൊല്ലങ്ങളുടെ പഴക്കമാണുള്ളത്. അരലക്ഷം വർഷങ്ങൾക്കിടയിൽ 'ഹോമൊ ഇറക്ടസി'ൽ നിന്ന് 'ഹോമൊ സാപിയൻസ്' പരിണമിച്ചുവെന്ന് ചിന്തിക്കാവുന്നതാണ്.

ഹോമൊ ഇറക്ടസിൽ നിന്ന് ബുദ്ധിയുള്ള മനുഷ്യരിലേക്കുള്ള (ഹോമൊ സാപിയൻസ്) പരിണാമത്തിന്റെ പ്രധാന അടിസ്ഥാനം മസ്തിഷ്കത്തിലെ മാറ്റമാണ്. ഹോമൊ ഇറക്ടസിൽ നിന്ന് വ്യത്യാസമുള്ള നിരവധി മനുഷ്യ ഫോസിലുകൾ ജാവയിലെ സോളോ നദിയുടെ തീര

ത്തുനിന്നും വഡ്ജാക്ക് കുന്നുകളിലെ ഗുഹയിൽനിന്നും കിട്ടുകയുണ്ടായി. ജർമ്മനിയിലെ ഹെയ്ഡൽ ഹെർഗ് നഗരത്തിനടുത്തുനിന്നും ഒരു ഫോസിൽ ലഭിക്കുകയുണ്ടായി.

യൂറോപ്പിൽ നിന്നും പശ്ചിമേഷ്യയിൽ നിന്നും കിട്ടിയ ഇത്തരം ഫോസിലുകൾക്ക് നിയാണ്ടർത്താലുകൾ എന്ന പേരു ലഭിച്ചു. ഏകദേശം 40,000 വർഷം പഴക്കമുള്ള തികച്ചും ആധുനികനായ മനുഷ്യന്റെ ഫോസിലുകളും ലഭിക്കുകയുണ്ടായി. ഹോമൊ സാപിയൻസിൽ തന്നെ രണ്ട് ഉപസ്പീഷിസുകൾ ഉണ്ടെന്ന് അതിൽ നിന്നും മനസ്സിലാക്കാൻ കഴിഞ്ഞു. ഹെയ്ഡൽബർഗിൽ നിന്നു കിട്ടിയ 'ഹോമൊ ഹെയ്ഡൽബർഗൻസിസ്', നിയാണ്ടർ താഴ്വരയിൽ നിന്നു കിട്ടിയ 'ഹോമൊ നിയാണ്ടർ താലെൻസിസ്' എന്നീ ഫോസിലുകൾ ഹോമൊ സാപിയൻസിലെ ആദ്യ ഉപസ്പീഷിസിലുൾപ്പെടുത്തിയാണ് ഇപ്പോൾ പരിഗണിക്കുന്നത്. 'ആർകെയ്ക്ക് സാപിയൻസ്' (പഴയ സാപിയൻസ്) എന്നാണതിന്റെ പേര്. അതിനുശേഷമുള്ള ഉപസ്പീഷിസാണ് 'ഹോമോ സാപിയൻസ് സാപിയൻസ്'. ആധുനിക മനുഷ്യൻ ഇതിലാണുൾക്കൊണ്ടിരിക്കുന്നത്.

ആർകെയ്ക് സാപിയൻസിലെ ഏറ്റവും വ്യക്തമായ സവിശേഷതകൾ നിയാണ്ടർത്താൽ മനുഷ്യനിൽ നിന്നാണ് ലഭിക്കുന്നത്. 13 ദശകം മുമ്പുമുതൽ നാലു ദശകം മുമ്പുവരെ യൂറോപ്പിലും പശ്ചിമേഷ്യയിലും നിയാണ്ടർത്താൽ മനുഷ്യൻ ജീവിച്ചിരുന്നു. ആദ്യമായി ലഭിച്ച ഹോമിനിഡെ ഫോസിൽ തന്നെ നിയാണ്ടർത്താലിന്റേതായിരുന്നു. ഈ പുസ്തകത്തിന്റെ ആദ്യ അധ്യായത്തിൽ അതിനെക്കുറിച്ച് പറഞ്ഞത് ഓർക്കുന്നുവല്ലോ. നിയാണ്ടർ താഴ്വരക്കുശേഷം ബൽജിയം, ഫ്രാൻസ്, യൂഗോസ്ലാവിയ, ഇറ്റലി, പൂർവജർമ്മനി തുടങ്ങിയ രാജ്യങ്ങ

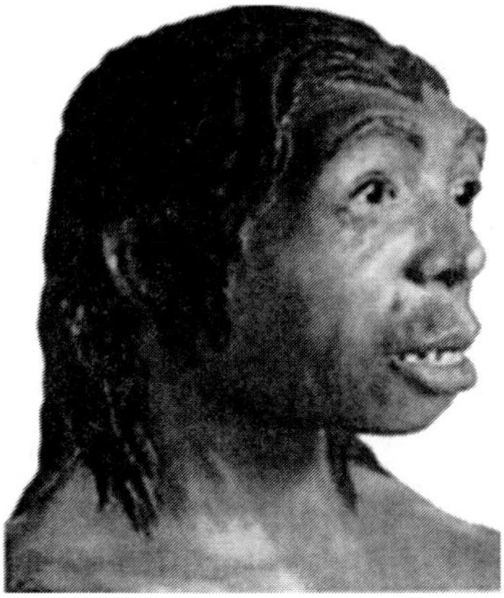

നിയാണ്ടർത്താൽ മനുഷ്യൻ

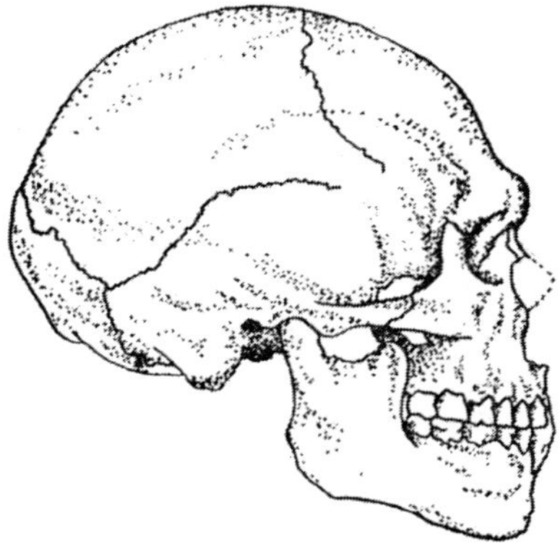

നിയാണ്ടർത്താൽ മനുഷ്യന്റെ തലയോട്

ളിൽ നിന്ന് പലപ്പോഴായി ഫോസിലുകൾ ലഭിക്കുകയുണ്ടായി. പശ്ചിമേഷ്യയിലും നിയാണ്ടർത്താലുകൾ ജീവിച്ചിരുന്നതായി പിന്നീട് മനസ്സിലായി. ഫ്രാൻസിലെ ലാഷാപ്പെൽ ഔക്സ് സെയിന്റ്സിൽ നിന്നും 1908–ൽ നിയാണ്ടർത്താൽ മനുഷ്യന്റെ ഏതാണ്ട് പൂർണമായ ഒരസ്ഥികൂടം ലഭിച്ചു. ഇതാണ് പിന്നീട് ആ വിഭാഗത്തിന്റെ മാതൃകയായി അംഗീകരിച്ചത്.

നിയാണ്ടർത്താലുകളുടെ തലയോട് നീണ്ടതും പരന്നതുമായിരുന്നു. തലയോടിന്റെ മുൻഭാഗത്ത് തുറിച്ചു നിൽക്കുന്ന പുരിക വരമ്പുണ്ടായിരുന്നു. പുറകോട്ട് ചാഞ്ഞ നെറ്റിയാണുണ്ടായിരുന്നത്. കപാലത്തിലെ എല്ലുകൾക്ക് ആധുനികരുടേതിനേക്കാൾ കട്ടി കൂടിയിരുന്നു. മസ്തിഷ്കവലിപ്പം 1400 ഘനസെന്റിമീറ്ററോളമുണ്ടായിരുന്നു. മുഖം താരതമ്യേന വലു തും കണ്ണിനു താഴെയുള്ള ഭാഗം പരന്ന് മോന്ത ഉന്തിയതായിരുന്നു. നാസികാ ദ്വാരങ്ങൾക്ക് വലിപ്പം കൂടുതലുണ്ട്. അണപ്പല്ലുകൾ ആധുനിക രൂപത്തിലാണെങ്കിലും മുൻപല്ലുകൾക്ക് താരതമ്യേന വലിപ്പം കൂടുതലായിരുന്നു. ഒരു ലക്ഷം കൊല്ലത്തോളം ജീവിച്ചശേഷം ഏകദേശം 35,000 കൊല്ലങ്ങൾക്കുമുമ്പ് ആ ഉപസ്പീഷിസ് അപ്രത്യക്ഷമായി. ഇവയിൽ നിന്ന് ഹോമോ സാപിയൻസ് സാപിയൻസ് പരിണമിച്ചിരിക്കാനാണ് സാധ്യത. ഹോമൊ ഇറക്ടസിൽ നിന്ന് നേരിട്ട് പരിണമിച്ചവയാണ് ഹോമോ സാപിയൻസ് സാപിയൻസ് എന്ന് ചിലർ വാദിക്കുന്നുണ്ടെങ്കിലും അതിന് ഇപ്പോൾ പ്രസക്തി കുറവാണ്.

'ഹോമോ സാപിയൻസ് സാപിയൻസ്' എന്നാൽ നമ്മളെല്ലാം ഉൾക്കൊള്ളുന്ന ആധുനിക മനുഷ്യൻ. ആധുനിക മനുഷ്യന്റെ ഉത്ഭവ കേന്ദ്രം എവിടെയെന്നുള്ളത് ഒരു തർക്ക വിഷയമാണ്. വ്യത്യസ്തങ്ങളായ രണ്ടഭിപ്രായങ്ങൾ അതു സംബന്ധമായി നിലവിലുണ്ട്. ആഫ്രിക്ക, പശ്ചിമേഷ്യ, ദക്ഷിണപൂർവേഷ്യ, ചൈന എന്നിവിടങ്ങളിലെല്ലാം ആർകെയ്ക് സാപിയൻസ് (ഹെയ്ഡൽ ബർഗ്, നിയാണ്ടർത്താൽ മനുഷ്യരുൾക്കൊള്ളുന്ന ഉപസ്പീഷിസ്) സമൂഹങ്ങൾ സമാന്തരമായി പരിണമിക്കുകയാണുണ്ടായത്. അവരിൽനിന്ന് അതാതു പ്രദേശങ്ങളിൽ ആധുനിക മനുഷ്യനുണ്ടായിത്തീർന്നു എന്നാണ് ഒരു കൂട്ടർ വാദിക്കുന്നത്. പ്രാദേശിക തുടർച്ചാ മാതൃക (Regional Continuity Model) എന്നാണിത് അറിയപ്പെടുന്നത്. വിവിധ പ്രദേശങ്ങളിലെ ഇന്നത്തെ മനുഷ്യർ പുറമേ നോക്കുമ്പോൾ വ്യത്യസ്തരായി കാണപ്പെടുന്നത് അതുകൊണ്ടാണത്രെ.

ലോകത്ത് ഇന്നു ജീവിക്കുന്ന മനുഷ്യർക്കെല്ലാം ഒരേ ശരീരഘടനയാണുള്ളത്. ഒരു പ്രത്യേക സ്ഥലത്ത് ഉത്ഭവിച്ച ആധുനിക മനുഷ്യന്റെ തുടർച്ചക്കാരനായതിനാലാണ് ഈ സവിശേഷത. വിവിധ പ്രദേശങ്ങളിലെ പഴയ മനുഷ്യരുടെ സ്ഥാനത്ത് ഈ പുതിയ മനുഷ്യവിഭാഗം മാറ്റി സ്ഥാപിക്കപ്പെടുകയായിരുന്നു. ആഫ്രിക്കയിലാണ് ആധുനിക മനുഷ്യന്റെ ഉത്ഭവമുണ്ടായതെന്ന് വാദിക്കുന്നവരുടെ അഭിപ്രായമാണിത്.

ആധുനിക മനുഷ്യന്റെ ആദ്യകാല ഫോസിലുകളിലൊന്ന് എത്യോപ്യയിലെ ഓമോ (Omo)യിൽനിന്നു ലഭിച്ചിട്ടുള്ളത് അതിനു തെളിവാണ്. ആഫ്രിക്കയിൽ നിന്ന് മറ്റു ഭാഗങ്ങളിലേക്ക് അവൻ കുടിയേറുകയായിരുന്നു. പുറമെ കാണുന്ന ശാരീരിക വ്യതിയാനങ്ങൾ ആയിരക്കണക്കിന് വർഷങ്ങളിലൂടെയുണ്ടായതാണ്. പുതിയ സ്ഥലങ്ങളിൽ സ്ഥിരവാസമായപ്പോൾ അവിടത്തെ സാഹചര്യങ്ങൾക്കനുസരിച്ച് വന്ന മാറ്റങ്ങളാണവ. ആഫ്രിക്കനുത്ഭവസിദ്ധാന്തമെന്നും മാറ്റിസ്ഥാപിക്കൽ മാതൃക (Replacement model) എന്നും ഈ വാദത്തിന് പേരുണ്ട്. ഇപ്പോഴും ഗവേഷകർക്കിടയിൽ വ്യത്യസ്ത അഭിപ്രായങ്ങളാണ് ഈ വാദങ്ങൾ സംബന്ധിച്ചുള്ളത്.

ആധുനിക മനുഷ്യന്റെ ആദ്യകാലഘട്ടത്തിലെ ഉത്തമ മാതൃകയായി കരുതാവുന്നത് ക്രോമാനോൺ മനുഷ്യനെയാണ്. അതൊരു ജീവശാസ്ത്രപരമായ നാമമല്ല. ഹോമോ സാപിയൻസ് സാപിയൻസ് എന്ന ഉപസ്പീഷിസിലെ ഒരു വിഭാഗമാണിവർ. ഒരു പ്രത്യേക സംസ്കാരത്തിന്റെ ഉടമകളാണിവർ. അവരെക്കുറിച്ച് കൂടുതലറിയാൻ കഴിഞ്ഞതാണ് പ്രാധാന്യം കിട്ടാൻ കാരണം. യൂറോപ്പിൽ ആധുനിക മനുഷ്യന്റെ കാലഘട്ടത്തിൽ ഹിമയുഗം അവസാനിച്ചിരുന്നില്ല. പതിനയ്യായിരത്തോളം വർഷം മുമ്പാണ് അതവസാനിച്ചത്. അതിനാൽ ക്രോമനോണുകൾ ഗുഹകളിൽ താമസിച്ചിരുന്നു. അവയുടെ ഫോസിലുകൾ ആ ഗുഹകളിൽ നിന്ന് കിട്ടിയതിനാൽ അവരെക്കുറിച്ച് കൂടുതലറിയാൻ സഹായിച്ചു. ക്രോമനോൺ മനുഷ്യനുമുമ്പുതന്നെ ആഫ്രിക്കയിലും പശ്ചിമേഷ്യയിലും ആധുനിക മനുഷ്യന്റെ ഉത്ഭവമുണ്ടായി എന്നതു വ്യക്തമാണല്ലോ. ക്രോമനോൺ മനുഷ്യന്റെ അവശിഷ്ടങ്ങൾ കണ്ടെത്തിയത് എഡ്വേർഡ് ലാർട്ടെറ്റാണ്. 1868-ൽ ഫ്രാൻസിലെ ഡോർഡോൺ എന്ന സ്ഥലത്തെ ലെസ് ഐസീസ് എന്ന

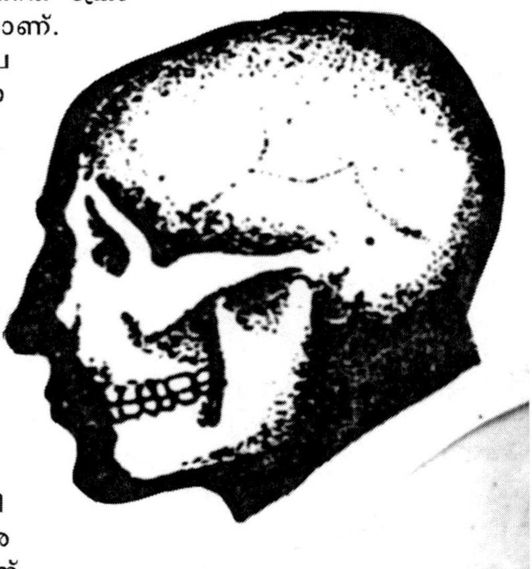

*ക്രോമനോൺ
മനുഷ്യന്റെ തലയോട്*

മനുഷ്യപരിണാമത്തിന്റെ വിവിധ ഘട്ടങ്ങൾ

ഗ്രാമത്തിലാണ് അവ കണ്ടെത്തിയത്. ക്രോമനോൺ എന്ന വാക്കിന് 'വലിയ ദ്വാരം' എന്നാണർത്ഥം. ഒരു ശിലാഗുഹയാണത്. തുടർന്ന് പശ്ചിമ ജർമ്മനി, ചെക്കോസ്ലോവാക്യ എന്നിവിടങ്ങളിൽ നിന്നും അവയ്ക്കു സമാനമായ അസ്ഥികൂടങ്ങൾ കണ്ടെടുത്തു. ഇവയെല്ലാം ക്രോമനോൺ എന്ന പേരിൽ അറിയപ്പെടാൻ തുടങ്ങി.

ആധുനിക മനുഷ്യന്റെ ശാരീരിക സവിശേഷതകൾ പരിശോധിക്കുമ്പോൾ അവക്ക് നിയാണ്ടർത്താലുകളേക്കാൾ വണ്ണം കുറവായിരുന്നു. കൈകാലുകളുടെ നീളം കൂടുതലായിരുന്നു. കൃശഗാത്രനായ ആധുനികന് ഉയരം കൂടുതലായിരുന്നു. നീണ്ടുമെലിഞ്ഞ വിരലുകളും കട്ടികൂടിയ ഭഗാസ്ഥിയും ഉയർന്നുരുണ്ട തലയോടുകളും ഇവരുടെ പ്രത്യേകതകളാണ്. കുത്തനെയുള്ള നെറ്റിയും പരന്ന മുഖവും കുറിയ പല്ലുകളും വ്യക്തമായ താടിയും നിയാണ്ടർത്താലുകളിൽ നിന്ന് ഇവരെ വ്യത്യസ്തരാക്കുന്നു. തലയുടെ നിറുകയും പിൻഭാഗവും ഗോളാകൃതിയിലാണ്. മസ്തിഷ്കത്തിന്റെ ശരാശരി വലിപ്പം 1350 സി സി ആയിരുന്നു. തലച്ചോറിന്റെ പരന്ന അടിവശം കമാനരൂപത്തിലാണ്. തൊണ്ടയുടെ മുകൾഭാഗം മുകളിലോട്ടുയർന്ന് ഗ്രസനി രൂപംകൊണ്ടു.

ആൾക്കുരങ്ങിൽനിന്ന് ആധുനിക മനുഷ്യനിലേക്കുള്ള ഈ പരിണാമത്തിന് ദശലക്ഷക്കണക്കിന് വർഷങ്ങളുടെ നീണ്ട ചരിത്രമാണുള്ളത്. ജൈവികപരിണാമത്തിന്റെ വിവിധ ഘട്ടങ്ങളും അവയുടെ ശരീരശാസ്ത്ര സംബന്ധമായ പ്രത്യേകതകളുമാണ് ഈ അധ്യായത്തിൽ

വ്യക്തമാക്കിയിട്ടുള്ളത്. കേവലം പ്രകൃതിനിർധാരണത്തിന്റെ അടിസ്ഥാനത്തിൽ മാത്രം മനുഷ്യപരിണാമത്തെ വിലയിരുത്തുന്നത് അബദ്ധമാണെന്ന് മുമ്പ് സൂചിപ്പിച്ചതാണല്ലോ. മറ്റു ജീവജാലങ്ങളിൽ നിന്നു വ്യത്യസ്തമായി ചിന്തിക്കുന്ന ജീവിയായി പരിണമിക്കാൻ മനുഷ്യനെ സഹായിച്ച സാമൂഹ്യ, സാംസ്കാരിക, സാമ്പത്തിക ലക്ഷണങ്ങളെ വിലയിരുത്താതെ മനുഷ്യപരിണാമത്തെക്കുറിച്ചുള്ള ചരിത്രപാഠങ്ങൾ അപൂർണ്ണമായിരിക്കും.

2

അദ്ധ്വാനവും ബുദ്ധിയും പരിണാമവും

ബുദ്ധിയുള്ള മനുഷ്യൻ സ്വന്തം ജീവിതത്തെയും മറ്റു ചരാചരങ്ങളെയും നിയന്ത്രിക്കുവാൻ പ്രാപ്തനായത് കേവലം ജൈവിക പരിണാമത്തിലൂടെയുള്ള വികാസത്തിന്റെയടിസ്ഥാനത്തിൽ മാത്രമല്ല. കുരങ്ങിൽ നിന്നു മനുഷ്യനിലേക്കുള്ള പരിവർത്തനത്തിനിടയിലും ഹോമിനിഡുകളുടെ പരിണാമത്തിനിടയിലും നടന്ന ആകൃതിമാറ്റങ്ങൾക്ക് വേറെ ചാലകശക്തി പ്രേരകമായി വർത്തിച്ചിട്ടുണ്ട്. അധ്വാനമാണ് ആ ചാലകശക്തിയെന്ന് ആദ്യം സമർത്ഥിച്ചത് ഫ്രെഡറിക് ഏംഗൽസാണെന്ന് ആദ്യത്തെ അധ്യായത്തിൽ സൂചിപ്പിച്ചിരുന്നതോർക്കുമല്ലോ. അതിപ്രാചീന മനുഷ്യരുടെയും പ്രാചീന മനുഷ്യരുടെയും അധ്വാനപ്രവർത്തനങ്ങൾക്ക് അതുകൊണ്ടുതന്നെ പ്രാധാന്യമുണ്ട്. ഉപകരണങ്ങളുടെ ഉപയോഗവും നിർമ്മാണവും മനുഷ്യർക്ക് മാത്രമല്ല ഉണ്ടായിരുന്നത്. പക്ഷികൾക്ക് ഭക്ഷണം, ശുചിത്വം, കൂട് എന്നിവക്കാവശ്യമായ വസ്തുക്കൾ ഉണ്ടാക്കാൻ കഴിയുന്നു. ചിമ്പാൻസികളും പലവിധ ഉപകരണങ്ങൾ ഭക്ഷണാവശ്യങ്ങൾക്ക് ഉപയോഗിക്കുന്നു. എന്നാൽ മനുഷ്യൻ പണിയായുധങ്ങൾ നിർമ്മിച്ചത് വ്യക്തമായ ആസൂത്രണത്തിന്റെയും കൈകളുടെ സമർത്ഥമായ ഉപയോഗത്തിന്റെയും ഫലമായിട്ടാണ്. മനുഷ്യനെ പണിയായുധങ്ങൾ ഉണ്ടാക്കിക്കൊണ്ടിരിക്കുന്ന മൃഗം എന്നു നിർവചിച്ചത് ഫ്രാങ്ക്ലിനാണ്.

ഹോമിനിഡുകളുടെ ആദ്യ വിഭാഗത്തിന് നിവർന്നു നടക്കാൻ കഴിഞ്ഞതാണ് കൈകളെ സ്വതന്ത്രമാക്കിയതും അധ്വാനത്തിന്റെ വഴികളിലേക്ക് പൂർവ്വിക മനുഷ്യരെ നയിച്ചതും. ഭൂമിശാസ്ത്രപരമായ ചില ഘട

കങ്ങൾ അതിനു കാരണമായിട്ടുണ്ട്. ഉഷ്ണമേഖലാവനങ്ങളുടെ വിസ്തീർണം ചുരുങ്ങാൻ തുടങ്ങുകയും പരിചിത ഭക്ഷ്യവിഭവങ്ങൾ കുറയുകയും ചെയ്തപ്പോൾ ആൾക്കുരങ്ങുകളുടെ ശരീരം നിർധാരണത്തിന് വിധേയമാകാൻ തുടങ്ങി. മരങ്ങളിൽനിന്ന് നിലത്തേക്കിറങ്ങിവരാനും പുതിയ ചുറ്റുപാടുകളുമായി ഇണങ്ങുവാനും തുടങ്ങി. അവിടെ ഹിംസ്രമൃഗങ്ങളെ നേരിടേണ്ടി വന്നപ്പോൾ അതു പുതിയ സമ്മർദ്ദങ്ങളുണ്ടാക്കി. അവയുമായി മത്സരിക്കേണ്ടിവരിക മാത്രമല്ല പരിചിത ഭക്ഷണത്തിന്റെ ശീലങ്ങളുപയോഗിച്ചുകൊണ്ട് മുന്നോട്ടു പോകേണ്ടിവരികയും ചെയ്തു. അത് ക്രമേണ നിവർന്നുനിൽപ്പിന് ശ്രമിക്കുന്ന സാഹചര്യമുണ്ടാക്കി. ശരീരത്തെ താങ്ങിനിർത്തുകയെന്ന ജോലിയിൽനിന്ന് മുൻകാലുകളെ (പിന്നീട് കൈകളായി) സ്വതന്ത്രമാക്കാനും എല്ലും കൊമ്പും കല്ലുമൊക്കെ പ്രതിരോധത്തിനുവേണ്ടിയും പണിയായുധമായും ഉപയോഗിക്കാനും അവ ശ്രമിച്ചു. ശക്തമായ കൂട്ടായ്മാശീലം വളർത്തിയെടുക്കാനും മാംസാഹാരം സ്വീകരിക്കാനും അവ തയ്യാറായപ്പോൾ ക്രൂരമൃഗങ്ങളെ നേരിടാൻ കഴിഞ്ഞു. ശത്രുക്കളിൽനിന്നും പട്ടിണിയിൽ നിന്നും മോചനം നേടുക മാത്രമല്ല മനുഷ്യരാശിയുടെ വികാസ പരിണാമങ്ങൾക്ക് അടിത്തറയൊരുക്കുക കൂടിയാണ് അതിലൂടെ ചെയ്തത്.

ആദ്യ പണിയായുധങ്ങൾ നിർമ്മിച്ചത് ആസ്ത്രലോ പിത്തെക്കസ് ആയിരുന്നുവെന്ന് കരുതാവുന്നതാണ്. ദക്ഷിണാഫ്രിക്കയിലെ ഗുഹകളിൽ നിന്നും കിട്ടിയ അവയുടെ ഫോസിലുകളോടൊപ്പം ജന്തുക്കളുടെ ധാരാളം എല്ലുകളും കിട്ടിയിരുന്നു. പണിയായുധങ്ങളെന്ന നിലയ്ക്ക് കൂടുതൽ സൗകര്യപ്രദമായി ചെത്തിയെടുക്കപ്പെട്ടിരുന്നുവെന്ന് കണ്ടെത്തലിന് നേതൃത്വം കൊടുത്ത ഡാർട്ട് അഭിപ്രായപ്പെട്ടിരുന്നു. ഏതു രൂപത്തിലുള്ള അദ്ധ്വാനത്തിലും മൂന്നു ഘടകങ്ങളുണ്ടാവുമെന്ന് മാർക്സ് രേഖപ്പെടുത്തുന്നു. സോദ്ദേശ പ്രവർത്തനം അഥവാ അദ്ധ്വാനം, അദ്ധ്വാനത്തിന്റെ വിഷയവസ്തു അഥവാ അദ്ധ്വാനം പ്രയോഗിക്കപ്പെടുന്നതെന്തോ അത്, അദ്ധ്വാനോപാധി അഥവാ പണിയായുധം. ആസ്ത്രലോ പിത്തെക്കസുകൾ പ്രാരംഭമായി നിശ്ചിത ലക്ഷ്യത്തോടുകൂടിയ പണിയായുധം (ചെത്തിമിനുക്കിയ എല്ലുകൾ, കൊമ്പുകൾ) ഉപയോഗിച്ചിരുന്നു. വേട്ടയാടപ്പെടുകയോ ശേഖരിക്കപ്പെടുകയോ ചെയ്ത ഭക്ഷ്യവസ്തുക്കൾ അദ്ധ്വാനത്തിന്റെ വിഷയവസ്തുവായി കണക്കാക്കാം. അദ്ധ്വാനത്തിന്റെ ആദ്യഘട്ടത്തിൽ പണിയായുധത്തോടൊപ്പം കൈകളും അദ്ധ്വാനോപാധിയായി മാറിയിരുന്നു. അങ്ങനെയാണെങ്കിൽ ആസ്ത്രലോ പിത്തെക്കസുകൾ അധ്വാനത്തിന്റെ മൂന്നു ഘടകവും ഒന്നിച്ചു ചേർത്തിരുന്ന ആദ്യ വിഭാഗമെന്ന് കരുതുന്നതിൽ തെറ്റില്ല. നിവർന്നുള്ള നടത്തവും ഉപകരണങ്ങളുടെ നിർമ്മാണവും മനുഷ്യന്റെ ബുദ്ധിയെയും മസ്തിഷ്ക വളർച്ച പണിയായുധ നിർമ്മാണത്തെയും പരസ്പരം സ്വാധീനിച്ചതെങ്ങനെയെന്ന് നോക്കുക.

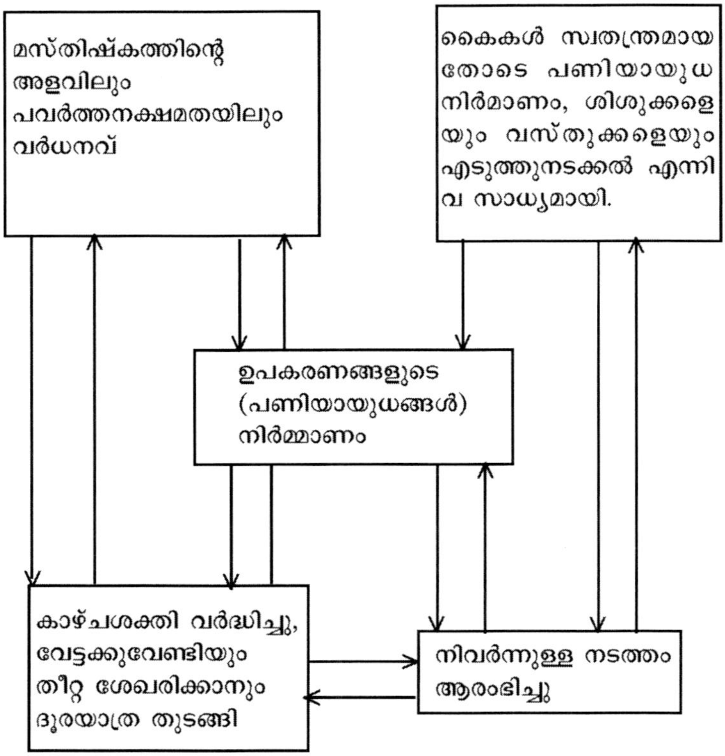

മാർക്സും ഏംഗൽസും *ജർമ്മൻ ഐഡിയോളജി* എന്ന പുസ്തകത്തിൽ ഇങ്ങനെ വ്യക്തമാക്കുന്നുണ്ട്: “ജീവസന്ധാരണത്തിനുള്ള ഉപകരണങ്ങളെ ഉൽപ്പാദിപ്പിക്കാൻ തുടങ്ങിയതു മുതലാണ് മനുഷ്യൻ മൃഗത്തിൽനിന്ന് വ്യത്യസ്തമായ ജീവിയാകാൻ തുടങ്ങിയത്... യാതൊരളവിലാണോ മനുഷ്യൻ തന്റെ ജീവിതാവശ്യത്തിനുള്ള ഉപകരണങ്ങളെ ഉൽപ്പാദിപ്പിക്കുന്നത് ശരിക്കതേ അളവിലാണ് അവൻ തന്റെ യഥാർത്ഥ ജീവിതത്തെ രൂപവൽക്കരിക്കുകയും ഉയർത്തുകയും ചെയ്തത്”. മനുഷ്യപരിണാമത്തിന്റെ ചരിത്രത്തിൽ ആദ്യ ഹോമിനിഡ് ആയി ആസ്ത്രലോ പിത്തെക്കസ് വിലയിരുത്തപ്പെടുന്നത് മൃഗത്തിൽ നിന്ന് വ്യത്യസ്തനാവാൻ തുടങ്ങിയതിനാലാണ്. അധ്വാനത്തിന്റെ പ്രാരംഭ സ്വഭാവം കാണുന്നതും അവയിലാണെന്നത് പ്രസക്തമായ കാര്യമാണെന്ന് പറയേണ്ടതില്ലല്ലോ.

‘പണിയായുധ നിർമ്മാതാവ്’ (tool maker) എന്ന അർത്ഥത്തിൽ വിശേഷിപ്പിക്കുന്നത് ‘ഹോമൊ’ ജനുസ്സിലെ ആദ്യവിഭാഗമായ ഹോമൊ

ഹബിലിസിനെയാണെന്ന് മുൻ അധ്യായത്തിൽ പറഞ്ഞതോർക്കുമല്ലോ. ആസ്ത്രലോ പിത്തെക്കസിനു ശേഷം ആസ്ത്രലോ പിത്തെക്കസ് ഹബിലിസ് എന്നു പേരുള്ള ഈ ഉപകരണനിർമ്മാതാക്കളാണ് അധ്വാനത്തിന് കൂടുതൽ വഴികൾ തുറന്നത്. കൂടുതൽ വഴികൾ തുറന്നത് എന്നു പറയുമ്പോൾ ആസ്ത്രലോ പിത്തെക്കസ് തുടങ്ങിവച്ച പ്രവർത്തനങ്ങൾ ജന്തുക്കളുടെ നൈസർഗികമായ പെരുമാറ്റത്തിൽപ്പെടുന്നില്ലെന്നും അതിന്റെ തുടർച്ചയാണ് ഹബിലിസുകളുടെ പ്രവർത്തനങ്ങളെന്നും വിലയിരുത്തണം. 'ടൂൾ മേക്കർ' എന്നു പ്രത്യേകിച്ചു പറയാൻ കഴിയുന്ന വിധത്തിൽ പുതിയൊരു ദിശയിലേക്കു പണിയായുധ നിർമ്മാണം നടത്തിയതു ഹബിലിസുകളാണ്. ശിലകളിൽ ഉപകരണങ്ങളുണ്ടാക്കാൻ തുടങ്ങിയത് ഇവരാണ്. ശിലായുധ വ്യവസായത്തിന് തുടക്കം കുറിച്ചതോടെ ശിലായുഗ സംസ്കാരങ്ങൾക്ക് ആരംഭമായി. ഓൾഡോവൻ സംസ്കാരമെന്ന് പിന്നീട് പ്രസിദ്ധമായ ശിലായുധനിർമ്മാണം ഹബിലിസുകളുടെ കാലത്താണ് തുടങ്ങിയത്. വ്യാപകമായി പണിയായുധങ്ങൾ നിർമ്മിച്ചതും ഉപയോഗിച്ചതും മസ്തിഷ്ക വികാസത്തിന് വഴിയൊരുക്കുകയായിരുന്നു. മനുഷ്യ പരിണാമത്തിന്റെ വേഗത കൂടാൻ അത് കാരണമായി. കയ്യിൽ സൗകര്യപൂർവം പിടിക്കാവുന്ന ഉരുണ്ടതോ അണ്ഡാകൃതിയിലോ ഉള്ള ചരൽക്കല്ലുകൾ കൊണ്ടാണ് ഓൾഡോവൻ വെട്ടുകത്തികൾ ഉണ്ടാക്കിയിരുന്നത്. ക്വാർട്സിന്റെയും കട്ടിയുള്ള മറ്റു പാറകളുടെയും കഷണങ്ങൾക്കിടയിൽ നിന്നും അത്തരം പണിക്കോപ്പുകൾ കിട്ടിയിട്ടുണ്ട്. ആ എല്ലുകളും ആമത്തോടുകളും പണിക്കോപ്പ് കല്ലുകളുപയോഗിച്ച് ഉടച്ചതാണെന്ന് വ്യക്തമായിട്ടുണ്ട്. സ്വാഭാവിക മാർഗത്തിലൂടെ അത്തരം രൂപപ്പെടുത്തപ്പെട്ട കല്ലുകൾ ഉണ്ടാവുകയില്ലെന്ന് പരീക്ഷണങ്ങൾ തെളിയിക്കുകയും ചെയ്തു. ആ പണിയായുധങ്ങളുടെ ആകൃതികൾ ആവർത്തിക്കുന്നുമുണ്ട്. ബോധപൂർവ്വവും സോദ്ദേശവുമായ അധ്വാനത്തിന്റെ തെളിവുകളാണവ.

ഓൾഡോവൻ പണിക്കോപ്പുകൾ

ഈ പണിയായുധങ്ങളുടെ ഉപയോഗങ്ങളെന്തെല്ലാമായിരുന്നിരിക്കാം? ഭക്ഷണയോഗ്യമായ കിഴങ്ങുകൾ കുഴിച്ചെടുക്കാനും ചെറു ജ

ന്തുക്കളുടെ മാളങ്ങൾ തുറക്കാനും അവ പ്രയോജനപ്പെട്ടിരിക്കാം. വലിയ ജന്തുക്കളെ വെട്ടിമുറിക്കാനും ജഡത്തിന്റെ തൊലിയുരിയാനും അവ ഉപയോഗിച്ചിട്ടുണ്ടാവും. ചത്ത ജന്തുക്കളുടെ മാംസം അതിവേഗം ഉപയോഗശൂന്യമാകുമെന്നതിനാൽ ഒത്തിരിനാൾ സൂക്ഷിക്കാനാവില്ല. അതിനാൽ നിരന്തരമായ ആഹാരാന്വേഷണവും ദിവസേനയുള്ള വേട്ടയാടലും നടന്നിരുന്നു. അത് സജീവമായ ഒരു ജീവിതരീതിക്ക് വഴിയൊരുക്കി. ഉപകരണങ്ങളുടെ നിരന്തര ഉപയോഗം കൂടുതൽ ഉത്തേജനം മസ്തിഷ്കത്തിന് നൽകുമെന്നത് കൂടുതൽ പുരോഗതിയിലേക്ക് ഹബിലിസുകളെ നയിച്ചു.

ശിലാ വ്യവസായത്തിന്റെ വികാസ ഘട്ടങ്ങളിലൊന്നിന് നേതൃത്വം നൽകിയത് 'ഹോമൊ' ഹബിലിസുകളിൽ നിന്നും പരിണമിച്ച 'ഹോമൊ ഇറക്ടസു'കളാണ്. നിവർന്നുള്ള നടത്തത്തിൽ പൂർണതയുണ്ടായിരുന്ന ഈ വിഭാഗത്തെ ആദിമനുഷ്യനായി പരിഗണിക്കുന്നുണ്ട്. പുരാതന ശിലായുഗ സംസ്കാരമെന്ന മനുഷ്യ സംസ്കാര പരിണാമ ചരിത്രത്തിന്റെ നേരവകാശികൾ മിക്കവാറും ഹോമൊ ഇറക്ടസുകളാണ് - പ്രത്യേകിച്ചും പൂർവ പ്രാചീന ശിലായുഗത്തിന്റെ (ലോവർ പാലിയോ ലിതിക്‌യുഗം) പണിക്കോപ്പു നിർമ്മാണത്തിൽ കല്ലിന്റെ പ്രാധാന്യം വർധിച്ചത് ഈ ഘട്ടത്തിലാണ്. കൊമ്പ്, എല്ല്, മരം എന്നിവ പ്രധാന ഉപകരണങ്ങളെന്നതിൽ നിന്ന് സഹായക ഉപകരണങ്ങളായി മാറി. പ്രധാന പണിയായുധങ്ങൾ കല്ലിൽ നിർമ്മിക്കാൻ തുടങ്ങി. അവയുടെ രൂപങ്ങളുടെ ചിട്ടയായ ആവർത്തനം ഈ യുഗത്തിലാണ് കാണുന്നത്. ലോവർ പാലിയോലിതിക് സാങ്കേതിക വികാസത്തിന്റെ തുടക്കത്തിൽ കൈക്കോടാലിയായിരുന്നു മുഖ്യമായുണ്ടായത്. രണ്ടുവശവും ചെത്തിയെടുത്ത അണ്ഡാകൃതിയിലുള്ള ഒന്നായിരുന്നു അത്. കിഴങ്ങു

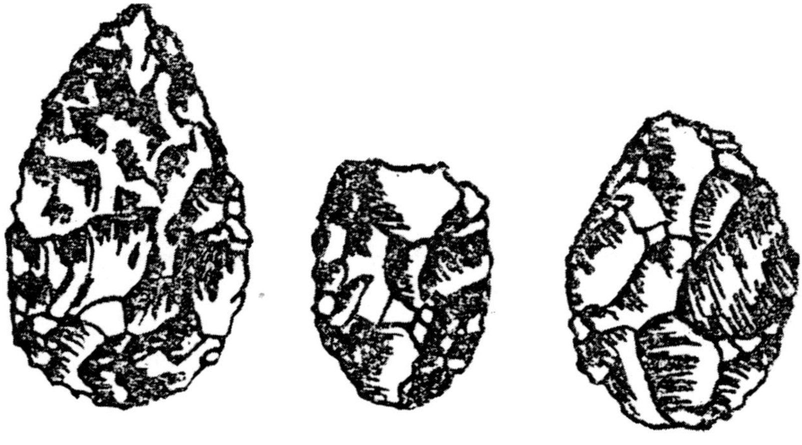

അഷ്യൂലിയൻ പണിക്കോപ്പുകൾ

കൾ കുഴിച്ചെടുക്കാനും മരങ്ങൾ വെട്ടുവാനുമൊക്കെ കന്മഴുവായി അതുപയോഗിച്ചിരിക്കാം. മാംസം വെട്ടിമുറിക്കാനും തോൽ തയ്യാറാക്കാനും ഉതകിയ ചെതിൾ കത്തികളും അവർ നിർമ്മിച്ചിരുന്നു. ഹോമൊ ഇറക്ടസിന്റെ പല തരത്തിലുള്ള ശിലായുധങ്ങളിൽവെച്ച് 'അഷ്യൂലിയൻ' എന്നറിയപ്പെടുന്ന കൈക്കോടാലിക്കാണ് ഏറ്റവും പ്രാധാന്യമുള്ളത്. ഈ വിഭാഗത്തിലുള്ള പ്രവർത്തനങ്ങൾ ആദ്യം നടന്നത് കിഴക്കെ ആഫ്രിക്കയിലാണ്. ക്രമേണ കിഴക്കൻ യൂറോപ്പ്, ചൈന, തെക്കുകിഴക്കേ ഏഷ്യ എന്നിവിടങ്ങളിലേക്ക് വ്യാപിച്ചു. ജാവാ മനുഷ്യനും ചീനാ (പീക്കിംഗ്) മനുഷ്യനും ഹോമൊ ഇറക്ടസിന്റെ ഉത്തമ ഉദാഹരണങ്ങളാണല്ലോ. ആന, കാണ്ടാമൃഗം എന്നിവയെക്കൂടാതെ കുതിരയും മറ്റു കുളമ്പുള്ള ജന്തുക്കളും വേട്ടയാടപ്പെട്ടിട്ടുണ്ട്. അവയുടെ വെട്ടിമുറിച്ച രൂപത്തിലുള്ള അസ്ഥികളും ശിലായുധങ്ങളും പല സ്ഥലങ്ങളിൽനിന്നും ലഭിക്കുകയുണ്ടായി. ജന്തു പ്രോട്ടീൻ ആഹാരത്തിന്റെ ഒരു പ്രധാന ഭാഗമായിത്തീർന്നത് ഇറക്ടസുകൾ മുതലാണ്.

തീയുടെ ഉപയോഗം പ്രാചീന ഹോമിനിഡുകളുടെ അധ്വാനമണ്ഡലത്തിൽ സ്ഥാനം പിടിച്ചിരുന്നു. അതേറ്റവും വ്യക്തമാകുന്നത് ഹോമൊ ഇറക്ടസുകളുടെ ഘട്ടത്തിലാണ്. അവർ 'തീ' നിയന്ത്രിച്ചുപയോഗിക്കാൻ പഠിച്ചു. തീയുടെ ഉപയോഗം മനുഷ്യരുടെ ജീവിതത്തിൽ വരുത്തിയ ദൂരവ്യാപകമാറ്റങ്ങളെക്കുറിച്ച് ചിന്തിക്കുമ്പോൾ അതിന്റെ ഉപയോഗം തിരിച്ചറിഞ്ഞ് സ്വന്തം ആവശ്യങ്ങൾക്കുവേണ്ടി നിയന്ത്രിച്ചുപയോഗിക്കാൻ തുടങ്ങിയതിന് വളരെ പ്രാധാന്യമുണ്ട്. മറ്റൊരു ജീവിയും തീയുടെ ഉപയോഗം മനസ്സിലാക്കുകയോ തങ്ങളുടെ ആവശ്യത്തിനനുസരിച്ച് ഉപയോഗിക്കുകയോ ചെയ്യുന്നില്ല. അപ്പോൾ 'ഹോമൊ' ജനുസ്സിലെ ഇറക്ടസ് മനുഷ്യന്റെ ബുദ്ധി തീയുപയോഗിക്കുന്ന തരത്തിൽ വികസിച്ചിരുന്നുവെന്നത് പ്രത്യേക ശ്രദ്ധ ആകർഷിക്കുന്നു. ഹിമയുഗങ്ങളുടെ കാലഘട്ടത്തിൽ തീയുപയോഗിച്ച് തണുപ്പകറ്റിയിരുന്ന ഇറക്ടസുകൾക്ക് കല്ലുകളും മരങ്ങളും കൂട്ടിയുരച്ച് തീയുണ്ടാക്കാനും അറിവുണ്ടായിരുന്നിരിക്കും. ചൈനയിലെ ഒരു ഗുഹയിൽ കരിക്കട്ട ശേഖരം കണ്ടെത്തിയത് തുടർച്ചയായി തീ കത്തിച്ചിരുന്നതിന്റെ തെളിവായി എടുക്കാവുന്നതാണ്.

ശിലാ സംസ്കരണ സങ്കേതത്തിന്റെ മുസ്തേറിയൻ ഘട്ടമാണ് അടുത്തത്. ഹോമൊ ഇറക്ടസിൽ നിന്നും പരിണമിച്ച ഹോമൊ സാപിയൻസിന്റെ കാലത്താണ് ആ വികാസഘട്ടം. അതിൽത്തന്നെ ആർകെയ്ക് സാപിയൻസായ നിയാണ്ടർത്താൽ മനുഷ്യനിൽ നിന്നാണ് കൂടുതൽ പുരോഗമിച്ച അധ്വാനത്തിന്റെ ആദ്യ തെളിവുകൾ ലഭിക്കുന്നത്. മുസേറിയൻ ശിലാവ്യവസായത്തിന്റെ ഉടമകൾ നിയാണ്ടർത്താലുകൾ തന്നെയായിരുന്നു.

ശിലയുടെ ക്രോഡത്തിൽ നിന്ന് അടർത്തിയെടുത്ത ചീളുകളിൽ നിന്ന് പണിയായുധങ്ങൾ നിർമ്മിച്ച നിയാണ്ടർത്താലുകൾ കൂടുതൽ സൂക്ഷ്മതയോടെ ചെത്തിമിനുക്കിയ വായ്ത്തലകളുണ്ടാക്കി. കല്ലിന്റെ

രണ്ടുവശങ്ങളും ചെത്തുന്ന സാങ്കേതികരീതി തുടരുമ്പോൾ തന്നെ അറ്റം കൂർപ്പിച്ച പണിക്കോപ്പുകളും ഒരു വശം ചെത്തിയ ചുരണ്ടികളും പ്രാധാന്യമുള്ളതായി മാറി. മുഖ്യരൂപങ്ങൾ ഏകപ്രകാരമായി വടിവൊത്തതായിരിക്കുമ്പോൾ തന്നെ ആകൃതികളുടെ വൈവിധ്യമേറുന്നു. ചീളുകളുടെ ഗുണത്തിനനുസരിച്ച് അവയെ രൂപപ്പെടുത്തിയെടുക്കാനുള്ള മാർഗങ്ങളെക്കുറിച്ച് സാങ്കേതിക പരിജ്ഞാനം വർധിച്ചിരുന്നു. ഇവയെ മുസ്തേറിയൻ ശിലായുധങ്ങൾ എന്നു വിളിക്കാം. സാധനങ്ങൾ കൈകാര്യം ചെയ്യുന്നതിലും പ്രഹരങ്ങളുടെ ശക്തിയും ദിശയും പൊരു

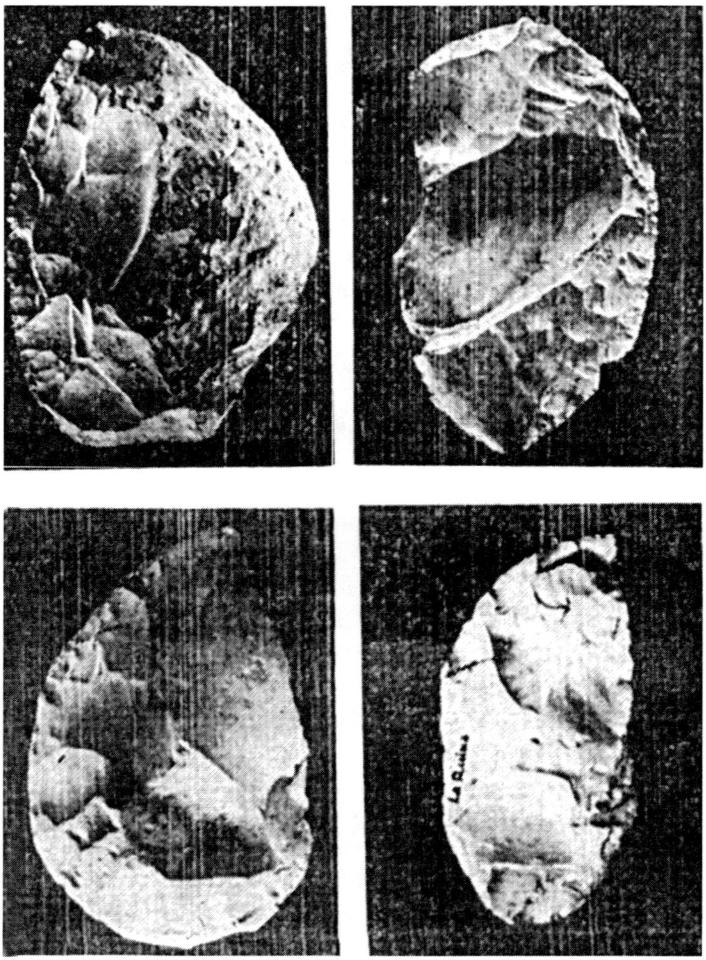

മുസ്തേറിയൻ ശിലായുധങ്ങൾ

ത്തപ്പെടുത്തി സൂക്ഷ്മമമായി പ്രയോഗിക്കുന്നതിലും വളരെയധികം പുരോഗതി നിയാണ്ടർത്താലുകൾക്കുണ്ടായി. ഇത് നായാട്ടിന്റെ സ്വഭാവത്തെയും ബാധിച്ചു. വിരട്ടിയോടിച്ചുകൊണ്ടുള്ള വേട്ട തുടർന്നതിനോടൊപ്പം സാഹചര്യങ്ങൾക്കനുസരിച്ച് വലിയ ഹിംസ്രമൃഗങ്ങളെ ആക്രമിക്കാനും കൊല്ലാനും കഴിഞ്ഞു. മരം കൊണ്ടുണ്ടാക്കിയ കുന്തത്തിൽ കല്ലിന്റെ മുന ഘടിപ്പിച്ചും വേട്ടയാടിയിരുന്നു.

പശ്ചിമയൂറോപ്പിന്റെ തെക്കുഭാഗത്തെ താവളങ്ങളിൽ ഗുഹാകരടികളുടെ തലയോട്ടികൾ ധാരാളം കണ്ടെത്തിയിരുന്നു. ഇന്നുള്ള വലിയ കരടികളേക്കാൾ അവയ്ക്ക് വലിപ്പമുണ്ടായിരുന്നു. വലിയ ജന്തുക്കളെ വേട്ടയാടാനായി പണിക്കോപ്പുകൾ ഉപയോഗിച്ചതിന്റെ തെളിവാണത്. ആയുധങ്ങളുടെ എണ്ണം കൂടിയതും വേട്ടയാടപ്പെട്ട ജന്തുക്കളുടെ തരങ്ങൾ വിപുലപ്പെട്ടതും നിയാണ്ടർത്താൽ മനുഷ്യരുടെ ഉപജീവനമാർഗ്ഗം കൂടുതൽ സ്വതന്ത്രമാക്കി.

തീയുടെ ഉപയോഗം 'ഇറക്ടസ്' വിഭാഗത്തിനെക്കാളും വ്യാപകമായ തോതിൽ നിയാണ്ടർത്താലുകൾക്കിടയിൽ കാണാം. അവരുടെ ജീവിതത്തിന്റെ ഒരവിഭാജ്യ ഘടകമായി തീർന്നു തീ. കുളമ്പുള്ള മൃഗങ്ങളെയും വലിയ ഹിംസ്രമൃഗങ്ങളെയും വേട്ടയാടുമ്പോൾ അവർ ഒരുതരം പന്തങ്ങൾ ഉപയോഗിച്ചിരുന്നു. മാംസം ചുട്ടുതിന്നാനും പിന്നീട് പുഴുങ്ങിത്തിന്നാനും തുടങ്ങിയെന്നതും എടുത്തുപറയേണ്ടതാണ്. പരന്ന കല്ലുകൾ ചുട്ടുപഴുപ്പിച്ച് അവയ്ക്കുമീതെ മാംസക്കഷ്ണങ്ങൾ നിരത്തിവച്ചാണ് പാകം ചെയ്തിരുന്നത്. നിയാണ്ടർത്താൽ ഘട്ടം മുതൽ ജന്തുപ്രോട്ടീൻ വേവിച്ച് കൂടുതൽ ദഹിക്കുന്ന രൂപത്തിലാണ് മനുഷ്യന്റെ ഉള്ളിൽ പ്രവേശിച്ചത്. പരിണാമപരമായി ആകൃതിയിൽ പുരോഗമനാത്മകമായ സ്വാധീനം ചെലുത്താൻ അതിലൂടെ കഴിഞ്ഞിട്ടുണ്ട്. മനുഷ്യൻ തന്റെ ജീവിതായോധനത്തിന് കണ്ടെത്തിയ മാർഗ്ഗങ്ങൾ പരിണാമത്തെയും സ്വാധീനിച്ചുവെന്ന് മുൻപു വ്യക്തമാക്കിയതാണല്ലോ. നിയാണ്ടർത്താലുകൾ മരക്കൊമ്പുകളും മൃഗങ്ങളുടെ തോലുകളുമുപയോഗിച്ച് കുടിലുകളുണ്ടാക്കാൻ തുടങ്ങിയെന്നതും മൃഗങ്ങളുടെ തോൽ ഉണക്കി വസ്ത്രംപോലെ ഉപയോഗിച്ചിരുന്നുവെന്നതും അദ്ധ്വാനത്തിന്റെ പുതിയ വഴികളിലൂടെ സംസ്കാരത്തിന്റെ പുരോഗതിയിലേക്ക് മനുഷ്യൻ നീങ്ങിയതിന്റെ തെളിവുകളാണ്. ലോവർ പാലിയോലിതിക് ഘട്ടം അവസാനിക്കുന്നതും നിയാണ്ടർത്താൽ ഘട്ടത്തോടൊപ്പമാണ്.

ഉത്തര പ്രാചീന ശിലായുഗ വ്യവസായമാണ് (അപ്പർ പാലിയോലിതിക് യുഗം) നിയാണ്ടർത്താലുകളെ തുടർന്ന് വികസിച്ചത്. 'ഹോമൊ സാപിയൻസ് സാപിയൻസ്' എന്ന ആധുനിക മനുഷ്യന്റെ ഉത്ഭവത്തിനു ശേഷമുള്ള ഘട്ടം കൂടിയാണ് ഉത്തര പ്രാചീന ശിലായുഗം. ആധുനികരിൽ ഏറ്റവും കൂടുതൽ അറിവ് നമുക്ക് ലഭിക്കുന്നത് ക്രോമനോൺ മനുഷ്യരെക്കുറിച്ചാണ്. പ്രകൃത്യാ പാറകൊണ്ടുള്ള മച്ചും മൂന്നുഭാഗം ചുമരുകളുമുള്ള ഗുഹകളിലാണ് ക്രോമനോണുകൾ ജീവിച്ചത്. അടു

പ്പുകൾ കൂട്ടിയിട്ടിരുന്നതിന്റെ തെളിവുകൾ ലഭിക്കുകയുണ്ടായി. ഒട്ടന വധി ആയുധങ്ങൾ ഈ ഗുഹാവീടുകളിൽനിന്ന് ലഭിച്ചിരുന്നു. കുന്ത ങ്ങൾ, ഗദ, ശിലായുധങ്ങൾ എന്നിവ വേട്ടയാടാൻ ഉപയോഗിച്ചിരുന്നു. അപ്പർ പാലിയോലിതിക് ഘട്ടത്തിൽ കല്ലുകളിൽ അലകുകൾ ഉള്ള ശിലായുധം ഉണ്ടാക്കാൻ കഴിഞ്ഞത് പ്രധാന നേട്ടമാണ്. കുന്തമുന, ചുരണ്ടി, കത്തി എന്നിവ നിയാണ്ടർത്താലുകളെപ്പോലെ ക്രോമാനോ ണുകളും ഉപയോഗിച്ചിരുന്നു. അതിനാൽ ഇവർ സംഘം ചേർന്ന് വേട്ട യാടുകയും മൃഗങ്ങളെ കൂട്ടത്തോടെ പിടിച്ചെടുക്കാൻ ശ്രമിക്കുകയും ചെയ്തിരുന്നു. എല്ലുകൾ സൂചികളാക്കി ചെത്തിയെടുത്ത് തോലുകൊ ണ്ടുള്ള വസ്ത്രങ്ങൾ തുന്നാനാരംഭിച്ചത് ക്രോമാനോൺകാരുടെ മറ്റൊരു നേട്ടമാണ്.

കൊമ്പുകളിൽ സുന്ദരമായ കൊത്തുപണികൾ ചെയ്തിരുന്ന ക്രോമനോണുകൾ ശില്പങ്ങൾ നിർമ്മിച്ചിരുന്നു. കളിമണ്ണിലും പ്രതിമ കളുണ്ടാക്കിയിരുന്നു. മണ്ണിലും കൊമ്പിലും അവരുണ്ടാക്കിയ സ്ത്രീക ളുടെ നഗ്നപ്രതിമകൾ നിരവധി ലഭിച്ചിട്ടുണ്ട്. ഇങ്ങനെ വിവിധ മേഖലക ളിലേക്ക് അദ്ധ്വാനത്തെ തിരിച്ചുവിടുകയും അതിലൂടെ കൂടുതൽ ബുദ്ധി

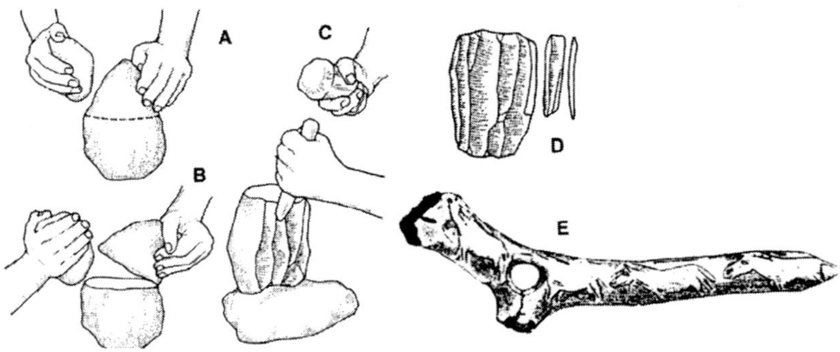

പഞ്ച് ബ്ലേഡ് സാങ്കേതികവിദ്യ

മിനുസമുള്ള ഉരുളൻകല്ലിന്റെ മുകൾഭാഗം കൽചുറ്റികയുപ യോഗിച്ച് നീക്കം ചെയ്യുന്നു.

അത് പരന്ന പ്രതലമുണ്ടാക്കുന്നു.

ചുറ്റികയും ഇടിക്കട്ടയുമുപയോഗിച്ച് അതിന്റെ വശങ്ങൾ മൂർച്ചവരുത്തി ബ്ലേഡുകളാക്കുന്നു.

കത്തിയായും എല്ലിലും തടിയിലുമൊക്കെ കൊത്തുപണി ചെയ്യാൻ കഴിയുന്ന ഉളിയായും അവ പ്രയോജനപ്പെടുന്നു.

എല്ലിൽ കൊത്തുപണി ചെയ്തതിന്റെ ഒരു ഉദാഹരണം. മൃഗ ങ്ങളെ ചിത്രീകരിച്ചിരിക്കുന്നത് ശ്രദ്ധിക്കുക.

വികാസം ഉണ്ടാവുകയും ചെയ്തു. അദ്ധ്വാനത്തിന്റെ ഫലമായുണ്ടാകുന്ന ഒരുപകരണം അതു പ്രയോഗിക്കപ്പെടുമ്പോൾ കൂടുതൽ ആശയങ്ങൾ ജനിപ്പിക്കുന്നുവെന്നും അതിനനുസരിച്ച് പുതിയ ഉപകരണ നിർമ്മാണമെന്ന അദ്ധ്വാനത്തിലേക്ക് വീണ്ടും കടക്കുന്നുവെന്നുമാണ് മനസ്സിലാക്കേണ്ടത്. ഉപകരണ നിർമ്മാണത്തിനു വേണ്ടിയുള്ള അദ്ധ്വാനവും അതു പ്രയോഗിക്കപ്പെടുമ്പോഴുള്ള അദ്ധ്വാനവും ബുദ്ധിവികാസത്തെയും ബുദ്ധിവികാസം അധ്വാനത്തെയും പുതിയ കണ്ടെത്തലുകളെയും പരസ്പരം സ്വാധീനിക്കുന്നുണ്ട്. ഒരു സാമൂഹ്യ പ്രതിഭാസമെന്ന നിലയ്ക്ക് അദ്ധ്വാനവും ഒരു ജൈവിക പ്രതിഭാസമെന്ന നിലയ്ക്ക് നിർധാരണവും പരസ്പര പ്രവർത്തനങ്ങളിലൂടെ മനുഷ്യോൽപ്പത്തിയുടെ ആദ്യഘട്ടത്തിലെ സവിശേഷ സ്വഭാവത്തെയും ജന്തുരൂപങ്ങളുടെ പുരോഗമന വികാസത്തെയും നിർണ്ണയിക്കുകയാണ് ചെയ്തത്.

ഭൂമിശാസ്ത്രപരമായ ഘടകങ്ങളും മറ്റുമൃഗങ്ങളിൽ നിന്ന് രക്ഷ നേടുന്നതിനുള്ള തീവ്രശ്രമങ്ങളും ആൾക്കുരങ്ങുകളിൽ നിന്ന് രണ്ടുകാലിൽ നടക്കുന്ന പൂർവ്വിക മനുഷ്യന്റെ ആവിർഭാവത്തിന് വഴിയൊരുക്കിയെന്ന് മുമ്പ് സൂചിപ്പിച്ചതാണല്ലോ. ബോധപൂർവ്വം അപരിഷ്കൃത ആയുധങ്ങൾ ഉപയോഗിക്കാൻ തുടങ്ങിയതു മുതൽ മനുഷ്യന്റെ മസ്തിഷ്ക വലിപ്പം കൂടിവന്നത് ശ്രദ്ധേയമാണ്. അതിനോടൊപ്പം ബുദ്ധിശക്തിയും ചിന്താശേഷിയും വർധിക്കുകയായിരുന്നു. ജടിലവും സങ്കീർണ്ണവുമായ ജീവകോശങ്ങളുടെ പ്രവർത്തനങ്ങൾ വർധിക്കുന്നതിനനുസരിച്ച് മസ്തിഷ്കവലിപ്പവും വർധിച്ചിരുന്നു. പ്രാകൃതമായിരുന്ന മനുഷ്യമനസ്സ് തെളിഞ്ഞ ചിന്തയുടെ അടിസ്ഥാനമായി മാറിയത് ബോധപൂർവം ജീവിതോപകരണങ്ങൾ സമ്പാദിച്ചതിന്റെ തോതനുസരിച്ചാണ്. ചിന്താശക്തി പ്രകൃതിയിൽനിന്ന് സ്വാഭാവികമായി ലഭിച്ചതല്ല. സ്വന്തം പ്രവർത്തനങ്ങളിലൂടെ മനുഷ്യൻ നേടിയെടുത്തതാണ്. തീയുടെ ഉപയോഗം തിരിച്ചറിഞ്ഞത് പിതാമഹൻമാർ കാട്ടിൻ നടുവിൽവച്ച് ചിന്തകളുരസി നടന്നപ്പോഴാണെന്ന് ആലങ്കാരികമായി വൈലോപ്പിള്ളി ശ്രീധരമേനോൻ കവിതയിലെഴുതിയത് വെറുതെയല്ല.

ജനിതക പിന്തുടർച്ച മനുഷ്യപരിണാമത്തെ എത്രത്തോളം സ്വാധീനിച്ചുവെന്ന് കണ്ടെത്താൻ അടുത്ത കാലത്ത് (2004) ഗവേഷണം നടന്നിരുന്നു. ഹോവാർഡ് ഹഗ്സ് മെഡിക്കൽ ഇൻസ്റ്റിറ്റ്യൂട്ടിലെ ബ്രൂസ് ടി ലാനിന്റെ നേതൃത്വത്തിലാണ് പഠനം നടന്നത്. മസ്തിഷ്ക വികാസത്തിലും പ്രവർത്തനങ്ങളിലും ജീനുകൾ എത്രത്തോളം നിയന്ത്രണം സ്ഥാപിക്കുകയുണ്ടായെന്ന് കണ്ടെത്താനവർ ശ്രമിച്ചു. പരിണാമഘട്ടങ്ങളിൽ മനുഷ്യൻ, മക്കാക്ക് കുരങ്ങ്, എലി, ചുണ്ടെലി എന്നീ നാലു സ്പീഷിസുകളിൽ ജീനുകളുടെ ഡി എൻ എ ക്രമം എത്രത്തോളം മാറി എന്ന പരിശോധന നടന്നിരുന്നു. 80 ദശലക്ഷം വർഷങ്ങൾക്കുമുമ്പ് നാലു സ്പീഷിസിനും പൊതു പൂർവികന്മാരുണ്ടായിരുന്നതായി ആ പഠനത്തിൽ വ്യക്തമായി. 20–25 ദശലക്ഷം വർഷങ്ങൾക്കുമുമ്പ് മക്കാക്കു

കുരങ്ങുകൾക്കും മനുഷ്യകുടുംബത്തിനും പൊതു പൂർവികരുണ്ടായിരുന്നു. മനുഷ്യ ജീനുകളിൽ മസ്തിഷ്ക സംബന്ധമായ ജനുസ്സുകൾ വളരെ വേഗത്തിലാണ് പരിണാമഘട്ടങ്ങളിൽ മാറിക്കൊണ്ടിരുന്നത്. കൂടുതൽ ബുദ്ധിവികാസത്തിനും അതിനനുസരിച്ച് വലിപ്പവും സങ്കീർണതയും വർധിച്ച മസ്തിഷ്കം വളരുന്നതിനുമുള്ള നിർധാരണ പ്രവണത പരിണാമഘട്ടങ്ങളെ താരതമ്യം ചെയ്യുമ്പോൾ മറ്റു സസ്തനികളെക്കാൾ മനുഷ്യരിലാണുണ്ടായിരുന്നത്. മനുഷ്യരിൽ ഇന്നുകാണുന്ന വികസിച്ച മസ്തിഷ്കം പരിണാമഘട്ടങ്ങളിൽ നിർധാരണം കൂടുതൽ ശക്തമായിരുന്നതിന്റെ ഫലമായുണ്ടായതാണ്. ഹോമൊ ജനുസ്സിന്റെ ആവിർഭാവത്തിനു മുമ്പുതന്നെ മസ്തിഷ്ക വികാസത്തിന്റെ ആരംഭം കുറിച്ചിരുന്നു. വളരെ പെട്ടെന്നുണ്ടായ ജൈവിക പ്രതിഭാസമല്ല ഇന്നത്തെ മനുഷ്യനെന്ന് അടിവരയിടുന്നതാണ് ഈ പഠനം.

ഹോമൊ ജനുസ്സിന്റെ ഉത്ഭവത്തിനും അഞ്ചുലക്ഷം വർഷങ്ങൾക്കുമുമ്പ് മനുഷ്യന്റെ മസ്തിഷ്കം വികസിക്കാൻ തുടങ്ങിയിരുന്നു എന്ന ഈ പഠന റിപ്പോർട്ട് പ്രാധാന്യമുള്ളതാണ്. ആസ്ത്രലോ പിത്തെക്കസിന്റെ കാലഘട്ടമാണത്. അധ്വാനത്തിന്റെ നിർവചനത്തിൽ പെടുത്താവുന്ന പ്രവർത്തനങ്ങൾക്ക് തുടക്കമിട്ടത് അവരാണെന്ന് മുമ്പ് സൂചിപ്പിച്ചതോർക്കുമല്ലോ. ആ കാലഘട്ടം മുതൽ മസ്തിഷ്കത്തിന്റെ വലിപ്പവും പ്രവർത്തനവും വർധിക്കാൻ തുടങ്ങിയിരുന്നു എന്ന കണ്ടെത്തൽ യാദൃച്ഛികമല്ല. പരിണാമത്തിന്റെ ഘട്ടങ്ങളിലെല്ലാം പുതിയ പണിയായുധങ്ങൾ നിർമ്മിക്കുകയും പ്രയോഗിക്കുകയും ചെയ്തുകൊണ്ടിരുന്നത് മനുഷ്യൻ മാത്രമാണ്. മറ്റു സസ്തനികളിൽ നിന്നു വ്യത്യസ്തമായി കൂടിയ മസ്തിഷ്ക വളർച്ച മനുഷ്യ പരിണാമ ഘട്ടങ്ങളിലുണ്ടായതിന്റെ കാരണവുമതുതന്നെയാണ്. ബോധപൂർവമായ അദ്ധ്വാനവും അതിലൂടെയുണ്ടായ ഉൽപ്പാദനോപാധികളും മനുഷ്യരുടെ മസ്തിഷ്ക വളർച്ചയേയും പരിണാമ വേഗതയേയും ത്വരിതപ്പെടുത്തുകയായിരുന്നുവെന്ന് സമകാലീന പഠനങ്ങളും തെളിയിക്കുകയാണ് ചെയ്യുന്നത്.

3

ശിലായുഗങ്ങൾ - ഒരവലോകനം

അദ്ധ്യാനത്തിന്റെ വിവിധ ഘട്ടങ്ങളിൽ മനുഷ്യർ നിർമ്മിച്ച പ്രാകൃത പണിയായുധങ്ങളെക്കുറിച്ച് പറഞ്ഞപ്പോൾ ലോവർ പാലിയോലിതിക്, അപ്പർ പാലിയോലിതിക് തുടങ്ങിയ ശിലായുഗങ്ങളെക്കുറിച്ച് പരാമർശിക്കുകയുണ്ടായല്ലോ. ശിലായുഗങ്ങളെക്കുറിച്ചും അവയുടെ ഘട്ടങ്ങളെക്കുറിച്ചും വ്യക്തമായ ഒരു ധാരണയുണ്ടാകേണ്ടത് ചരിത്രപരമായി അനിവാര്യമാണ്.

മുറിക്കാനുള്ള ആയുധങ്ങളുണ്ടാക്കുന്നതിനുവേണ്ടി ഏറ്റവും മുൻഗണനയോടെയും സാധാരണയായും ഉപയോഗിച്ചിട്ടുള്ള വസ്തുവിനെ ആധാരമാക്കിയാണ് സംസ്കാരങ്ങളെ വേർതിരിക്കുന്നത്. ഇപ്രകാരം പുരാതത്വ ശാസ്ത്രജ്ഞൻമാർ പണ്ടത്തെ സംസ്കാരങ്ങളെ ശിലായുഗങ്ങൾ (പുരാതനവും നവീനവും), വെങ്കലയുഗം, ഇരുമ്പുയുഗം എന്നിങ്ങനെ വേർതിരിച്ചിട്ടുണ്ട്. മനുഷ്യന്റെ പ്രാചീനമായ ജീവിതത്തിലേക്ക് വെളിച്ചം വീശുന്നവയാണ് ശിലായുഗങ്ങൾ.

പുരാതനമനുഷ്യരുടെ ഫോസിലുകൾ കിട്ടുന്നതിനു മുമ്പുതന്നെ അവരുണ്ടാക്കിയിരുന്ന ശിലാനിർമ്മിത ഉപകരണങ്ങളും ആയുധങ്ങളും ലഭിക്കുകയുണ്ടായി. പൂർവിക മനുഷ്യൻ പ്രത്യേക ആവശ്യങ്ങൾക്കുവേണ്ടി ഉപയോഗിച്ചിരുന്ന ശിലകളെയും പ്രകൃതിയിലുള്ള മറ്റു കല്ലുകളെയും വേർതിരിച്ചറിഞ്ഞാൽ മാത്രമേ മനുഷ്യന്റെ വികാസഘട്ടങ്ങളിലെ പണിക്കോപ്പുകളുടെ പ്രത്യേകതകൾ മനസ്സിലാക്കാനാവൂ. ഒരേ പഴക്കമുള്ള ശിലായുധങ്ങൾക്ക് ഒരേ ആകൃതിയുണ്ടാവും. പണിയായുധങ്ങൾ ലഭിച്ച സ്ഥലങ്ങളിൽ അതിനാധാരമായ പാറയില്ലെങ്കിൽ മറ്റൊരിടത്തു

ആയുധമേന്തിയ ആൾക്കുരങ്ങ്

നിന്ന് കൊണ്ടുവന്നവയാണ് ആ ഉപകരണങ്ങൾ എന്നു പറയാം. ഭൂമിയുടെ ഉപരിതലത്തിലുണ്ടാകുന്ന മാറ്റങ്ങൾ കാരണം മണ്ണിനടിയിൽപ്പെട്ട ഫോസിലുകളും പണിക്കോപ്പുകളും നമുക്ക് കുഴിച്ചെടുക്കേണ്ടി വരാറുണ്ട്. പഴക്കം കൂടിയവ ഏറ്റവുമടിയിലും പഴക്കം കുറഞ്ഞവ അതിനു മുകളിലുമായിരിക്കും കാണുക. ശിലകളിലെ ആയുധങ്ങളെ പഴക്കമനുസരിച്ച് പല വിഭാഗങ്ങളായി തിരിച്ചപ്പോൾ ഏറ്റവും പഴക്കമുള്ളവ വളരെ പരുക്കനും പ്രായം കുറഞ്ഞവ അതിനനുസരിച്ച് മിനുസപ്പെടുത്തിയവയുമായിരുന്നു. ക്രമേണയാണവയിൽ പരിഷ്കാരങ്ങളുണ്ടായതെങ്കിലും ഒരേ പഴക്കമുള്ളവയ്ക്ക് ഒരേ ആകൃതിയാണെന്നതും ശ്രദ്ധയിൽപെട്ടു. ലോഹങ്ങളിൽ നിന്ന് ഉപകരണങ്ങളുണ്ടാക്കുവാൻ തുടങ്ങിയിട്ട് 6000 കൊല്ലത്തിലധികമായിട്ടില്ല. മനുഷ്യരുടെ മുഖ്യ പണിയായുധമായി അതുവരെ നിലനിന്നത് ശിലകളാണ്. ശിലായുഗങ്ങൾ എന്നറിയപ്പെടുന്നത് അതുവരെയുള്ള മനുഷ്യസംസ്കാര ചരിത്രത്തെയാണ്.

ഏകദേശം 25ലക്ഷം കൊല്ലങ്ങൾക്കു മുമ്പാണ് ഏറ്റവും പഴക്കം ചെന്ന ശിലോപകരണങ്ങൾ ഉപയോഗിച്ചു തുടങ്ങിയത്. അതുമുതൽ 10,000 കൊല്ലം മുമ്പുവരെയുള്ള നീണ്ട കാലഘട്ടത്തെ പുരാതന ശിലായുഗമെന്നും അതിനുശേഷം 4000കൊല്ലം മുമ്പുവരെയുള്ള കാലഘട്ടത്തെ നവീന ശിലായുഗമെന്നും വിളിക്കുന്നു. മനുഷ്യന്റെ ആദ്യവ്യവസായം കല്ലുകളിൽ നിന്ന് പണിക്കോപ്പുണ്ടാക്കുകയെന്നതായിരുന്നു. അതിനാൽ ശിലായുധവ്യവസായങ്ങൾ എന്ന രീതിയിലും മനുഷ്യന്റെ ആദിമ ഉൽപ്പാദന സമ്പ്രദായത്തെ വിശേഷിപ്പിക്കുന്നു. ഹോമൊ ഹബിലിസ് മുതൽ ഹോമൊ സാപിയൻസ് സാപിയൻസ് വരെ പുരാതന ശിലായുധ വ്യവസായങ്ങളുടെ പരിധിയിൽ വരുന്നുണ്ട്. എന്നാൽ നവീന ശിലായുഗത്തിൽ ഹോമൊ സാപിയൻസ് സാപിയൻസ് മാത്രമേ ഉൾക്കൊള്ളുന്നുള്ളു. അതായത് ആധുനിക മനുഷ്യൻ പരിണമിച്ചുണ്ടായതിനു ശേഷമാണ് ശിലായുധ വ്യവസായത്തിൽ ശ്രദ്ധേയമായ മാറ്റങ്ങളുണ്ടായത്. അതിനാൽ പുരാതന ശിലായുഗമെന്നും നവീന ശിലായുഗമെന്നും ശിലായുധവ്യവസായങ്ങൾ വിഭജിക്കപ്പെടുന്നത് ആധുനിക മനുഷ്യന്റെ കാലഘട്ടത്തിൽ തന്നെയാണ്.

പുരാതന ശിലായുധ സംസ്കാരത്തെ വീണ്ടും രണ്ടായി വിഭജിച്ചി

രിക്കുന്നു. പൂർവ്വ പ്രാചീന ശിലായുഗ (ലോവർ പാലിയോലിത്തിക്)മെന്നും ഉത്തര പ്രാചീന ശിലായുഗ (അപ്പർ പാലിയോലിത്തിക്)മെന്നും. ഏകദേശം 40,000 കൊല്ലങ്ങൾക്കു മുമ്പുവരെയുള്ള ശിലായുധ ഉൽപ്പാദന സംസ്കാരമാണ് ലോവർ പാലിയോലിത്തിക് കാലഘട്ടമായി വിശേഷിപ്പിക്കപ്പെടുന്നത്. ഒരു പരിധിവരെ ആർകെയ്ക് ഹോമൊ സാപിയൻസിലെ നിയാണ്ടർത്താൽ മനുഷ്യൻ ഭൂമുഖത്തുനിന്ന് അപ്രത്യക്ഷനാകുന്നതുവരെയുള്ള കാലഘട്ടം. അതിനുശേഷം 10,000 വർഷം മുമ്പുവരെയുള്ള ഹോമൊ സാപിയൻസ് സാപിയൻസിന്റെ കാലഘട്ടം (ക്രോമനോൺ കാലഘട്ടം) അപ്പർ പാലിയോലിത്തിക് എന്നറിയപ്പെടുന്നു.

താൻസാനിയായിലെ ഓൾഡുവായി ജോർജ് ഗുഹയിൽ കണ്ടെത്തിയ ഓൾഡോവൻ വെട്ടുകത്തികൾ ഹോമൊ ഹബിലിസുകൾ നിർമ്മിച്ചവയാണ്. ഓൾഡോവൻ ശിലാ സംസ്കാരമെന്ന പേരിൽ പ്രസിദ്ധമായ ശിലാവ്യവസായമാണിത്. അബിവില്ലിയൻ പണിയായുധങ്ങൾ എന്നറിയപ്പെടുന്ന ശിലോൽപ്പന്നങ്ങൾ ഫ്രാൻസിലെ അബിവിൽ എന്ന സ്ഥലത്ത് കണ്ടെത്തിയവയായിരുന്നു. ഹോമൊ ഇറക്ടസുകൾ ആദ്യം നിർമ്മിച്ചവയാണിത്. പടിഞ്ഞാറ് ഫ്രാൻസ് മുതൽ കിഴക്ക് ഇന്ത്യ വരെ ഉപയോഗിച്ചിരുന്ന 'അഷ്യൂലിയൻ' ഹോമൊ ഇറക്ടസിന്റെ ഏറ്റവും പ്രചാരത്തിലുണ്ടായിരുന്ന പണിയായുധങ്ങളാണ്. ഇത്രയധികം വ്യാപിച്ച ശിലാ വ്യവസായം 'അഷ്യൂലിയൻ' പോലെ മറ്റൊന്നി

പാലിയോലിത്തിക് ശിലായുധങ്ങൾ

ല്ലായിരുന്നു. ഹോമൊ ഇറക്ടസിന്റെ തന്നെ ലെവല്ലോയ്സിയൻ ശിലായുധങ്ങൾ ആഫ്രിക്ക, പശ്ചിമ യൂറോപ്പ്, പശ്ചിമേഷ്യ, ഇന്ത്യ എന്നിവിടങ്ങളിൽ നിന്ന് ലഭിച്ചിട്ടുണ്ട്. ലോവർ പാലിയോലിത്തിക് യുഗത്തിന്റെ അന്ത്യമായത് മുസ്തീരിയൻ ശിലായുധ വ്യവസായത്തോടെയാണ്. (മുസ്തീരിയൻ ശിലായുധ സംസ്കാരത്തെ മധ്യ പാലിയോ ലിത്തിക് ഘട്ടമെന്നും ചിലർ വിശേഷിപ്പിക്കുന്നുണ്ട്). നിയാണ്ടർത്താൽ മനുഷ്യരാണ് ഈ ശിലാവ്യവസായത്തിന്റെയാളുകൾ. ഫ്രാൻസിലെ ലാ മുസ്തീർ ഗുഹയിൽ നിന്നാണ് ഇവ ആദ്യം കിട്ടിയത്. കൂടുതൽ നിയന്ത്രിതമായ രൂപത്തിലുള്ള ശിലായുധ വ്യവസായമായിരുന്നു മുസ്തീരിയൻ പണിക്കോപ്പുകളുടെ നിർമ്മാണം.

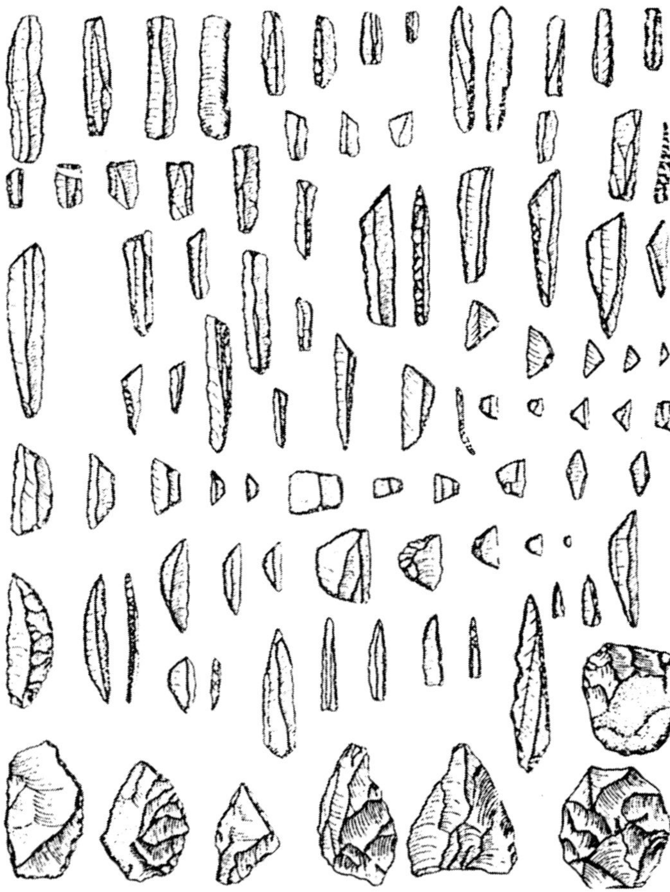

മൈക്രോലിത്തുകൾ

അപ്പർ പാലിയോലിത്തിക് കാലഘട്ടത്തിലെ ശിലാവ്യവസായത്തിന് നേതൃത്വം നൽകിയത് ഹോമൊ സാപിയൻസ് സാപിയൻസ് ആയിരുന്നു. പ്രധാനമായും ക്രോമനോൺ മനുഷ്യരുടെ സംഭാവനകളെക്കുറിച്ചാണ് നമുക്കറിയാവുന്നത്. നാലുതരം ശിലാവ്യവസായങ്ങൾ ഈ കാലഘട്ടത്തിൽ ഉൾക്കൊള്ളുന്നു. ലെസ് ഐസീസ് (ഫ്രാൻസ്) പ്രദേശത്ത് ആദ്യമുണ്ടായ പെരിഗോർഡിയൻ ശിലായുധ സംസ്കാരവും പിന്നീടുണ്ടായ മഗാലാനിയൻ ശിലായുധ സംസ്കാരവുമാണ് രണ്ടെണ്ണം. സ്പെയിനിനും ഫ്രാൻസിനും മധ്യേയുള്ള ഹൈരീനി പർവത പ്രദേശത്തെ ഔറിഗ്നാസിയൻ ശിലായുധ സംസ്കാരവും മധ്യഫ്രാൻസിലെ സൊലുത്രിയൻ സംസ്കാരവുമാണ് മറ്റു രണ്ടെണ്ണം. ഇവ തമ്മിലുള്ള പരസ്പര ബന്ധവും കൃത്യമായ കാലനിർണ്ണയവും ബുദ്ധിമുട്ടേറിയതാണ്. എങ്കിലും ഏകദേശം 12,000 വർഷം മുമ്പുവരെയുള്ള കാലഘട്ടത്തിലെ ശിലോപകരണങ്ങൾ അപ്പർ പാലിയോലിത്തിക് വിഭാഗത്തിൽ കാണപ്പെടുന്നുണ്ട്.

10,000 വർഷം മുമ്പുവരെയുള്ള കാലഘട്ടം പുരാതന ശിലായുഗമെന്നും അതിനുശേഷം 4000 വർഷം മുമ്പുവരെയുള്ള കാലഘട്ടം നവീന ശിലായുഗമെന്നും വിശാലമായി വേർതിരിച്ചിട്ടുണ്ടെങ്കിലും ഇതിനിടയിൽ മറ്റൊരു വിഭജനം കൂടി കണക്കിലെടുക്കാറുണ്ട്.

12,000 വർഷം മുമ്പുമുതൽ 8000 വർഷം മുമ്പുവരെയുള്ള കാലഘട്ടം മധ്യശിലായുഗ (Mesolithic) സംസ്കാരത്തിന്റേതാണെന്ന് വിശ്വസിക്കുന്നു. സൂക്ഷ്മ ശിലായുഗ വ്യവസായമാണ് ഈ കാലഘട്ടത്തിലുണ്ടായത്. 'മൈക്രോലിത്ത്' (സൂക്ഷ്മശിലകൾ) എന്നു വിളിക്കുന്ന ചെറിയ ശിലായുധങ്ങൾ ഇക്കാലത്തെ പ്രത്യേകതയായിരുന്നു. മാൻ മുതലായ ചെറുമൃഗങ്ങളെ വേട്ടയാടാൻ ഇത്തരം ആയുധങ്ങൾ പ്രയോജനപ്പെട്ടിരിക്കാം. അമ്പും വില്ലും ഉണ്ടാക്കാനും ഉപയോഗിക്കാനുമാരംഭിച്ചതും മറ്റൊരു പ്രത്യേകതയാണ്. ഈ കാലയളവിൽ പാലസ്തീനിലെ ഒരു വിഭാഗമാളുകൾ ഒരുതരം അരിവാളുപയോഗിച്ചിരുന്നതായി തെളിഞ്ഞിട്ടുണ്ട്. കല്ലുകൊണ്ടുള്ള അലകുള്ള ആ പണിയായുധം പുല്ല് വെട്ടാനുപയോഗിച്ചിരിക്കാം. ചൂണ്ടയുപയോഗിച്ചുള്ള മീൻപിടുത്തം, മരംകൊണ്ട് വഞ്ചിനിർമ്മാണം എന്നിവയും ഈ കാലയളവിലാണുണ്ടായത്.

മാനവസംസ്കാരത്തിന്റെ വികാസത്തിന് പുതിയ അടിത്തറയൊരുക്കിയത് നവീന ശിലായുഗമാണ്. ഏകദേശം 8000 വർഷങ്ങൾക്കു മുമ്പു മുതൽ 4000 വർഷം മുമ്പുവരെയുള്ള കാലഘട്ടമാണ് നവീന ശിലായുഗമെന്ന് അറിയപ്പെടുന്നത്. കൃഷിക്കാവശ്യമായ ഉപകരണങ്ങളും മൺപാത്രങ്ങളും നിർമ്മിക്കാനാരംഭിച്ചത് ഈ കാലത്താണ്. കൈക്കോടാലി ഉരസി മിനുസപ്പെടുത്തി ഉപയോഗിച്ചു. കല്ലുളികൾ, പാറക്കോലുകൾ, വഞ്ചി, ചക്രമില്ലാത്ത വണ്ടി എന്നിവയും ഈ ശിലായുഗത്തിന്റെ ഉൽപ്പന്നങ്ങളാണ്. നവീനശിലായുഗ മനുഷ്യന്റെ അദ്ധ്വാനവും ബുദ്ധിയും മനുഷ്യ സംസ്കാര ചരിത്രത്തിന് പുതിയൊരു അടിത്തറ പണിയുകയാ

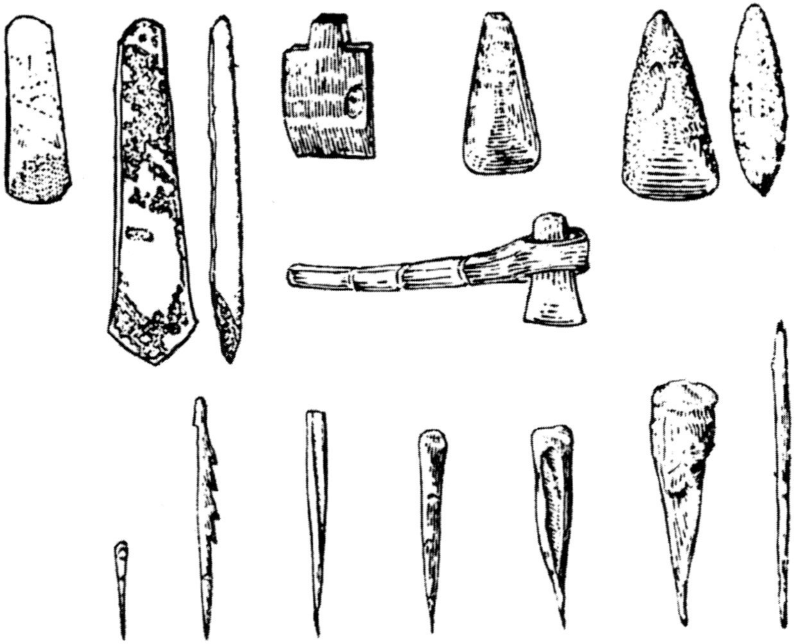

നവീന ശിലായുധങ്ങൾ

യിരുന്നു. ശിലായുഗത്തെ പലതായി വിഭജിച്ചിരിക്കുന്നതിന്റെ അടിസ്ഥാനം വിവിധ പ്രായത്തിലുള്ള പണിയായുധങ്ങളുടെ അതിനനുസരിച്ചുള്ള പൊതു സ്വഭാവങ്ങൾ പരിഗണിച്ചുകൊണ്ടാണെന്ന വസ്തുത ബോധ്യപ്പെട്ടിരിക്കുമല്ലോ. എന്നാൽ ഈ വിഭജനത്തെ നിശ്ചലാവസ്ഥയിൽ പരിഗണിക്കുന്നത് അബദ്ധമായിരിക്കും. ഉത്തര പ്രാചീന ശിലായുഗത്തിൽ (അപ്പർ പാലിയോലിത്തിക് യുഗം) വികസിത രൂപത്തിൽ നാം കാണുന്ന പണിക്കോപ്പുകൾ ആ നിലവാരത്തിലെത്താൻ നീണ്ട ഒരു കാലഘട്ടം വേണ്ടിവന്നിരിക്കുമെന്നത് സത്യമാണ്. അതുപോലെ മനുഷ്യസംസ്കാര വികാസത്തിന്റെ ഘടകങ്ങളായ ഭാഷ, പാർപ്പിടം, ശവസംസ്കാരം, കല എന്നിവയിലെ മാറ്റങ്ങളും ഓരോ ഘട്ടത്തിൽ പൊടുന്നനെ ഉണ്ടാവുന്നതല്ല എന്ന യാഥാർഥ്യബോധത്തോടെയാവണം നാം വസ്തുതകളെ ഉൾക്കൊള്ളേണ്ടത്.

ഭാഗം II

ആദിമ മനുഷ്യനിൽനിന്ന്
ആധുനിക മനുഷ്യനിലേക്ക്

4

സാമൂഹ്യബന്ധങ്ങളുടെയും സാമ്പത്തിക-സാംസ്കാരിക പ്രവർത്തനങ്ങളുടെയും വികാസം

മനുഷ്യവംശത്തിന്റെ തുടക്കത്തിൽ നടന്ന പ്രവർത്തനങ്ങൾ പ്രാകൃതരീതിയിലുള്ളതായിരുന്നു. ക്രമേണ അവൻ ബോധപൂർവ്വവും സോദ്ദേശവുമായ അദ്ധ്വാനത്തിലേക്ക് തിരിഞ്ഞു. മനുഷ്യന്റെ പെരുമാറ്റത്തെ ജന്തുക്കളുടേതിൽ നിന്നു വ്യത്യസ്തമാക്കുന്ന ഏറ്റവും വലിയ സവിശേഷത ഇതാണ്. അദ്ധ്വാനം അഥവാ ഉപജീവന മാർഗം തേടാൻ നിശ്ചിത കൂട്ടായ്മയിലെ അംഗങ്ങൾ നടത്തിയ സംയുക്ത പ്രവർത്തനം സാമൂഹ്യജീവിതത്തിന്റെ നിലവാരമുയർത്തി. എന്നാൽ കൂട്ടായ പ്രവർത്തനങ്ങൾക്കിടയിൽ സങ്കീർണ്ണത വളരുകയും ചെയ്തു. സാമൂഹ്യ സംഘാടനത്തിന്റെ രൂപീകരണത്തിലും അദ്ധ്വാനം പ്രധാന പങ്കുവഹിക്കുകയുണ്ടായി എന്നതാണ് പ്രത്യേകത. ആദിമ മനുഷ്യൻ വസ്തുക്കളെ കൈകാര്യം ചെയ്യുന്നതിൽ നിന്നും വ്യക്തമായ ഉദ്ദേശ്യത്തോടെ അവയെ ഉപയോഗിക്കുന്നതിലേക്കു കടക്കുകയും കൂട്ടായ നായാട്ടിലും ഭക്ഷ്യശേഖരണത്തിലും വ്യക്തികളുടെ പരസ്പര പ്രവർത്തനം ശക്തിപ്പെടുത്തുകയും ചെയ്തത് മനുഷ്യരാശിയുടെ സാമൂഹികവും സാംസ്കാരികവുമായ വികാസ പരിണാമങ്ങൾക്ക് വഴിയൊരുക്കി. സാമൂഹിക ജീവിതത്തിൽ മനുഷ്യനെ ഏറ്റവും മുൻപന്തിയിലെത്തിക്കുന്ന ഘടകങ്ങളിലൊന്ന് അവന്റെ ഭാഷയാണ്. മനുഷ്യജീവിതത്തിൽ ഭാഷയും സാമൂഹ്യസാംസ്കാരിക ഘടകങ്ങളും വികസിച്ചുവന്നതെങ്ങനെയെന്ന പരിശോധനയും മനുഷ്യന്റെ പരിണാമ ചരിത്രത്തിലുൾപ്പെടുന്നു.

ഒറ്റയ്ക്ക് ജീവിക്കുന്ന ഒരാൾക്ക് ഭാഷയുടെ ആവശ്യമില്ല. മറ്റൊരാൾക്ക് തന്റെയുള്ളിലെ ആശയങ്ങൾ വ്യക്തമായി പകർന്നു കൊടു

ക്കാനാണ് ഭാഷ ഉപയോഗിക്കുന്നത്. മൃഗങ്ങളുടെ ശബ്ദം ഭാഷയെന്ന സങ്കേതത്തിനുള്ളിൽ ഉൾപ്പെടുത്താവുന്നതല്ല. മനുഷ്യൻ ഭാഷ പഠിക്കുകയാണ് ചെയ്യുന്നത്. പിറന്നു വീഴുന്ന ദിവസം മുതൽ കുഞ്ഞ് സംസാരിച്ചു തുടങ്ങുന്നില്ല. സാമൂഹ്യ ചുറ്റുപാടുകളിൽ നിന്ന് കുഞ്ഞിലേക്കു പകരുന്ന ഭാഷയിൽ നിന്നാണ് മൊഴിയുടെ ആദ്യരൂപങ്ങൾ കുട്ടി പഠിക്കുന്നത്. എട്ടുമാസമെങ്കിലും കഴിയാതെ ആദ്യ വാക്കുകൾ ഉച്ചരിക്കാൻ കുഞ്ഞിന് കഴിയില്ല. തുടർന്ന് മൂന്നു വയസ്സുമുതൽ അഞ്ചു വയസ്സുവരെയാണ് ഭാഷാ പഠന പരീക്ഷണം കുട്ടി നടത്തുന്നത്. അതിനാലാണ് ആ പ്രായക്കാരെ പ്രതിഭാധനരായ ഭാഷാ ശാസ്ത്രജ്ഞരെന്ന് പഴയ സോവിയറ്റ് യൂണിയനിലെ ബാലസാഹിത്യകാരനായ കൊർനേയ് ചൂക്കോവിസ്കി വിശേഷിപ്പിച്ചത്. സമൂഹത്തെ കൂടാതെയും സ്വയം പഠിക്കാതെയും ഒരാൾക്ക് സംസാരിക്കാനാവില്ല. ഇങ്ങനെ ഭാഷാപരമായ കഴിവ് പരിണാമത്തിന്റെ ഏതു ഘട്ടത്തിലാണ് മനുഷ്യൻ സ്വായത്തമാക്കിയതെന്ന് വിലയിരുത്തേണ്ടതാണ്.

ആദ്യകാലം മുതൽ സഹജീവികളോട് ബന്ധമുള്ള വിഭാഗമെന്ന നിലയിലാണ് മനുഷ്യൻ ജീവിച്ചത്. സാമൂഹ്യജീവിതം മനുഷ്യന്റെ മസ്തിഷ്കത്തിൽ മാറ്റങ്ങൾ വരുത്താൻ തുടങ്ങിയിരുന്നു. സാമൂഹ്യാവശ്യങ്ങൾ നേടാൻ ആശയവിനിമയത്തിന് ഏറ്റവും സൗകര്യമൊരുക്കുന്ന തരത്തിൽ ഭാഷയുണ്ടാവേണ്ടത് അനിവാര്യമായി വന്നു. ഹോമിനിഡുകളിൽ നിന്ന് ഹോമൊ സാപിയൻസിലേക്ക് പരിണമിക്കുന്നതിനിടയിൽ ഓരോ ഘട്ടത്തിലും മനുഷ്യന്റെ മസ്തിഷ്കവലിപ്പം കൂടുകയായിരുന്നുവെന്ന് കണ്ടല്ലോ. തലച്ചോറിന്റെ ഘടന, വലിപ്പം, കോർട്ടെക്സിൽ ന്യൂറോണുകളുടെ എണ്ണത്തിലുണ്ടായ വൻവർധനവ് എന്നിവ ഹോമിനിഡുകളുടെ മാനസിക വികാസത്തോടൊപ്പം ഭാഷാപരമായ വികാസത്തിനും വഴിയൊരുക്കുകയായിരുന്നു. ആൾക്കുരങ്ങിൽ നിന്നും വലിയ വ്യത്യാസമില്ലാത്ത മസ്തിഷ്കമായിരുന്നു ആസ്ത്രലോ പിത്തെക്കസിനുണ്ടായിരുന്നത്. എന്നാൽ 'ഹോമൊ' ജനുസ്സിലെ പിന്നീടുള്ള വിഭാഗങ്ങൾക്കിടയിൽ ക്രമേണ വർധനവ് ഉണ്ടാവുകയും ചെയ്തു.

ഹോമൊ ഹബിലിസ് അഥവാ ആസ്ത്രലോ പിത്തെക്കസ് ഹബിലിസിന്റെ തലച്ചോറിൽ സംസാരത്തെ സഹായിക്കുന്ന ചില പ്രത്യേകതകൾ ഉണ്ടായിരുന്നതായി മനസിലാക്കിയിട്ടുണ്ട്. പണിക്കോപ്പുകളുടെ നിർമ്മാണവും അവയുപയോഗിച്ചുള്ള പ്രവർത്തനവും ആദിമ മനുഷ്യർക്കിടയിൽ വ്യാപിക്കാൻ തുടങ്ങിയ ഘട്ടവുമതായിരുന്നു. അപ്പോൾ മനുഷ്യരുടെ കൂട്ടായ അദ്ധ്വാനവും പരസ്പരം ആശയവിനിമയം നടത്താനുള്ള ഒരുപാധിയുടെ ആവശ്യകതയുമായിരിക്കണം ഭാഷ ആവിർഭവിക്കാൻ വഴിയൊരുക്കിയത്. ഹോമൊ ഇറക്ടസിന്റെ കാലഘട്ടത്തിൽ ശബ്ദാവയവങ്ങളുടെ പ്രാകൃതരൂപം വികസിച്ചിരുന്നതായും മിതമായ സംഭാഷണശേഷി ഉണ്ടായിരുന്നതായും മനസ്സിലാക്കിയിട്ടുണ്ട്. ഹോമൊ സാപ്പിയൻസിലെ നിയാണ്ടർത്താൽ മനുഷ്യന്റെ ഭാഷ വളരെയധികം

നിയാണ്ടർത്താൽ പ്രദേശത്തെ പുരാവസ്തു ഖനനം

വികസിച്ചിരുന്നു. എന്നാൽ ദീർഘ സ്വരങ്ങൾ ഉച്ചരിക്കാൻ അവർക്കും കഴിഞ്ഞിരുന്നില്ല. ഭാഷയ്ക്ക് ആധാരമായ മസ്തിഷ്കത്തിലെ ബ്രോക്കയുടെയും വെർണിക്കിന്റെയും സ്ഥാനം ഇടതുഭാഗത്താണ്. നിയാണ്ടർത്താലുകൾക്കും അതേ സ്ഥിതിയായിരുന്നുവെന്ന് നിരീക്ഷിക്കപ്പെട്ടിട്ടുണ്ട്. ഹോമൊ സാപിയൻസിലെ ക്രോമനോൺ മനുഷ്യന്റെ ഭാഷാശേഷി അതിലും വികാസം നേടിയിരുന്നു. മനുഷ്യ പരിണാമത്തോടൊപ്പം സാമൂഹ്യ ജീവിതത്തിന്റെ ഫലമായി ഭാഷയും വികസിച്ചു വരികയായിരുന്നുവെന്ന് വ്യക്തമാണ്.

ഭാഷയുടെ ഉപയോഗം ശ്രവണേന്ദ്രിയങ്ങളെ വികസിപ്പിക്കുകയും പരസ്പരം സംസാരം മസ്തിഷ്ക വികാസത്തെ ത്വരിതപ്പെടുത്തുകയും അത് ചിന്താശക്തിയെ വളർത്തുകയും ചെയ്യുന്നു. തലച്ചോറിനുള്ളിൽ നടക്കുന്ന മാനസിക പ്രക്രിയയാണ് ചിന്ത. തലച്ചോറിന്റെയും നാഡീപടലങ്ങളുടെയും പ്രവർത്തനങ്ങളുമായി ബന്ധപ്പെട്ട സാമൂഹ്യാനുഭവങ്ങളാണ് ചിന്തയ്ക്ക് കാരണമാകുന്നതും കൂടുതൽ ചിന്തിക്കാനുള്ള വഴിയൊരുക്കുന്നതും. മനുഷ്യന്റെ ചിന്താഗതി സാമൂഹ്യാനുഭവങ്ങളെക്കൂടി

ആശ്രയിച്ചുകൊണ്ടാണ് രൂപപ്പെടുന്നത്. ഭാഷയുടെ ഉപയോഗം ഈ സാമൂഹ്യാനുഭവങ്ങളെ വളർത്തുവാനും മാനസികവും ബുദ്ധിപരവുമായ വളർച്ചയെ സഹായിക്കുവാനും അനിവാര്യമാണെന്നതിൽ ആർക്കും തർക്കമുണ്ടാവില്ല. കൈകൾ സ്വതന്ത്രമായപ്പോൾ മനുഷ്യൻ പണിയായുധ നിർമ്മാതാവായി. ഭാഷാവികാസം മനുഷ്യനെ ആശയം നിർമ്മിക്കുന്നവനാക്കി മാറ്റി. ജീവിതത്തിൽ കൂടുതൽ വിജയങ്ങൾ അവൻ നേടിയെടുത്തത് അധ്വാനവും ചിന്തയും കൂടുതൽ സമന്വയിപ്പിച്ചുകൊണ്ടാണ്.

ആദ്യം മുതലേ ഒരു സാമൂഹ്യജീവിയെന്ന നിലയിലാണ് മനുഷ്യൻ പരിണാമഘട്ടങ്ങൾ പിന്നിട്ടതെന്നറിയാമല്ലോ. ഒരു സാംസ്കാരിക പരിണാമത്തിന് അടിത്തറയൊരുക്കുന്ന തരത്തിൽ ആണ് സാമൂഹ്യജീവിതത്തിന്റെ കൊടുക്കൽ വാങ്ങലുകൾ ആരംഭിച്ചത് എന്ന വിലയിരുത്തലും നമുക്കനിവാര്യമാണ്. അദ്ധ്വാനത്തിന്റെ ആദിരൂപം ആസ്ത്രലോ പിത്തെക്കസുകളിലാണ് കണ്ടതെങ്കിലും ശിലകളെ പണിക്കോപ്പുകളാക്കി മാറ്റാൻ അവർക്കു കഴിഞ്ഞിരുന്നില്ല. പുൽമേടുകളിലായിരുന്നു അവ പ്രധാനമായും കഴിഞ്ഞിരുന്നത്. വെള്ളം ലഭിക്കുന്ന സമീപ പ്രദേശങ്ങൾ ഉണ്ടാവും. മരത്തിൽ കയറുമെങ്കിലും വനവാസിയായിരുന്നില്ല. നഗ്നത മറയ്ക്കാതെ ഇരുകാലിൽ നടക്കുമായിരുന്നു. ആശയവിനിമയത്തിന് ഒച്ചയും ആംഗ്യങ്ങളും മാത്രം. സ്ത്രീകൾ കുഞ്ഞുങ്ങളെ പോറ്റുകയും പുരുഷന്മാർ ആഹാരം സമ്പാദിക്കുകയും ചെയ്തിരിക്കാം. രാത്രിയിൽ ആണും പെണ്ണും കുട്ടികളും മരങ്ങളിലോ ഗുഹകളിലോ കൂട്ടമായിരുന്ന് ഉറങ്ങും. പകൽ കൂട്ടങ്ങളായി ഭക്ഷണം തേടുമായിരുന്നു. ആസ്ത്രലോപിത്തെക്കസുകളിൽ സസ്യാഹാരികളും സമസ്തഭുക്കുകളുമായി രണ്ടു വിഭാഗങ്ങളുണ്ടായിരുന്നു (ബലം കൂടിയ അസ്ഥിയുള്ളവരെന്നും ബലം കുറഞ്ഞ അസ്ഥിയുള്ളവരെന്നും രണ്ടു കൂട്ടരെക്കുറിച്ച് പറഞ്ഞതോർക്കുക). കുഞ്ഞുങ്ങൾ പ്രായപൂർത്തിയാവുമ്പോഴേക്കും മാതാപിതാക്കന്മാർ മരിച്ചിരുന്നുവെന്ന് കരുതുന്നു. നീണ്ട ശൈശവകാലമുണ്ടായിരുന്നതിനാൽ ഒരു സാമൂഹ്യജീവിയെന്ന മനുഷ്യന്റെ തുടക്കം അതായിരുന്നിരിക്കാം. എന്നാൽ സഹകരണ പ്രവർത്തനം പോലുള്ള സാമൂഹ്യലക്ഷണങ്ങൾ ആസ്ത്രലോപിത്തെക്കസിൽ അത്ര പ്രത്യക്ഷമായിരുന്നില്ല എന്നാണ് ഇപ്പോൾ മനസ്സിലാക്കാൻ കഴിയുന്നത്.

പണിയായുധ നിർമ്മാണം ഒരു സാംസ്കാരിക പ്രവർത്തനമാണ്. ശിലകളിൽ പണിക്കോപ്പുകളുണ്ടാക്കാൻ തുടങ്ങിയപ്പോൾ അത് മാനവരാശിയുടെ സാംസ്കാരിക വളർച്ചയുടെ തുടക്കമായി മാറിയ പുരാതന-നവീന ശിലായുഗങ്ങളിലെ ശിലാസംസ്കാരങ്ങൾ അതിനാൽത്തന്നെ പ്രാധാന്യമർഹിക്കുന്നുണ്ട്. ലോവർ പാലിയോലിത്തിക് കാലഘട്ടത്തിന്റെ ആരംഭത്തിൽ ഹോമൊ ഹബിലിസുകൾ ഓൾഡോവൻ സംസ്കാരത്തിന് തുടക്കമിട്ടതായി പറഞ്ഞതാണല്ലോ. അവർ താമസിച്ചിരുന്നതായി കരുതുന്ന പത്തോളം സ്ഥലങ്ങൾ കണ്ടെത്തിയിട്ടുണ്ട്. ഇവയുടെ

ജീവിതരീതി ആസ്ത്രലോപിത്തെക്കസുകളിൽനിന്ന് വളരെയൊന്നും വ്യത്യസ്തമായിരുന്നില്ല. ആയുധനിർമ്മാണം പുരോഗമിച്ചത് വേട്ടയാടാനും മൃഗങ്ങളോട് പോരാടാനും കൂടുതൽ സഹായിച്ചിരിക്കും. പ്രധാനമായും സസ്യാഹാരികളായിരുന്നു. എന്നാൽ സമസ്തഭുക്കുകളുമായിരുന്നു.

അബിവില്ലിയൻ, അഷ്യൂലിയൻ പണിയായുധങ്ങൾ നിർമ്മിച്ച ഹോമൊ ഇറക്ടസുകൾ ചെറുതും വലുതുമായ കൂട്ടുകുടുംബരൂപത്തിലാണ് ജീവിച്ചിരുന്നത്. അണുകുടുംബരൂപങ്ങൾ ഉണ്ടായിരുന്നില്ല. പകൽ മുഴുവൻ ഭക്ഷണം തേടി രാത്രിയിൽ കുടിലുകളിലും ഗുഹകളിലും താമസിച്ചിരുന്നു. അണ്ഡാകൃതിയിലുള്ള കുടിലുകൾ കെട്ടിയിരുന്നതായി ദക്ഷിണ ഫ്രാൻസിൽ നിന്നും തെളിവുകൾ ലഭിച്ചിട്ടുണ്ട്. ഇലകളും മൃഗത്തോലുകളും കൊണ്ടു മേഞ്ഞ കുടിലുകളാവണമത്. പുരുഷന്മാർ ഒരുമിച്ചു ചേർന്ന് വേട്ടയാടുകയും സ്ത്രീകൾ കായ്കനികൾ ശേഖരിക്കുകയും ചെയ്തിരിക്കാം. പ്രാകൃതമായ സംഭാഷണശേഷി ഉണ്ടായിരുന്നു. തീ തങ്ങളുടെ ആവശ്യത്തിനനുസരിച്ച് മാംസം ചുട്ടുതിന്നാനും തണുപ്പിൽ നിന്ന് രക്ഷനേടാനുമുപയോഗിക്കാൻ തുടങ്ങി. വസ്ത്രമായി മൃഗത്തോലോ മരത്തോലോ ഉപയോഗിച്ചിരുന്നുവോയെന്ന് വ്യക്തമല്ല. മൃതദേഹങ്ങൾ കുഴിച്ചിട്ടതായോ ആചാരപ്രകാരം സംസ്കരിച്ചതായോ തെളിവുകളില്ല.

ഹോമൊ ഇറക്ടസിൽ നിന്ന് ഹോമൊ സാപിയൻസിലേക്കെത്തുമ്പോൾ മനുഷ്യൻ സാമൂഹ്യമായും സാംസ്കാരികമായും ഒത്തിരി വളർന്നു കഴിഞ്ഞിരുന്നു. ആദ്യകാല സാപിയൻസിൽ ഉൾപ്പെടുത്തിയിരിക്കുന്ന നിയാണ്ടർത്താൽ മനുഷ്യനാണ് മുസ്തീരിയൻ ശിലായുധ സംസ്കാരത്തിന്റെയുടമയെന്ന് ഓർക്കുമല്ലോ. ഗുഹകളിലും പാറക്കൂട്ടങ്ങൾക്കിടയിലുമായി താമസിച്ചിരുന്ന നിയാണ്ടർത്താലുകൾ വേനലാകുമ്പോൾ തുറസ്സായ സ്ഥലത്ത് കുടിലുകൾ കെട്ടിയിരുന്നു. മരക്കൊമ്പുകളും മൃഗത്തോലുകളുമാണ് അതിന് ഉപയോഗിച്ചിരുന്നത്. ചൂടിനുവേണ്ടിയും ഭക്ഷണം പാകം ചെയ്യുന്നതിനുവേണ്ടിയും തീ വ്യാപകമായി ഉപയോഗിച്ചിരുന്നു. ഗുഹകളിൽ പരന്ന കല്ലുകൾ ചുട്ടുപഴുപ്പിച്ച് അവയ്ക്കുമീതെ മാംസക്കഷണങ്ങൾ നിരത്തിയായിരുന്നു പാചകം. ഇവർ പ്രധാനമായും മാംസഭുക്കുകളായിരുന്നു. ഒന്നിലധികം പുരുഷന്മാർ ഒന്നിച്ചു ചേർന്നാണ് വേട്ട നടത്തിയിരുന്നത്. മുസ്തീരിയൻ ആയുധങ്ങൾക്ക് പ്രയോഗക്ഷമത കൂടുതലായിരുന്നതിനാൽ മാംസത്തിന്റെ തൊലിയുരിക്കാനും മാംസം മുറിക്കാനും എളുപ്പമായിരുന്നു. മൃഗത്തോൽ ഉണക്കി വസ്ത്രങ്ങളായി ഉപയോഗിച്ചിരുന്നു. തോലുകൾ കൂട്ടിച്ചേർത്ത് ഒന്നാക്കി ഉപയോഗിക്കാൻ പഠിച്ചിരുന്നു. കൂട്ടുകുടുംബ രീതിയിലുള്ള പറ്റങ്ങളായിത്തന്നെയാവണം നിയാണ്ടർത്താലുകളും ജീവിച്ചത്. വിവാഹ സമ്പ്രദായത്തിന് തുടക്കമിട്ടത് ഇവരാണെന്ന് കരുതുന്നു. മെച്ചമായ ഭാഷാരീതി ഇവർക്ക് വശമുണ്ടായിരുന്നതായി വ്യക്തമായിട്ടുണ്ട്.

കൂടുതൽ ആസൂത്രിതമായ സാമൂഹ്യജീവിതത്തിന് ഇതവരെ സഹായിച്ചിരിക്കണം.

ആചാരങ്ങളും മതവിശ്വാസങ്ങളും നിയാണ്ടർത്താലുകളിൽ നിന്നായിരിക്കണം ആരംഭിച്ചതെന്നു കരുതാവുന്നതാണ്. ഗുഹകൾക്കുള്ളിൽ മൃതദേഹങ്ങൾ മറവു ചെയ്തിരുന്നു. അതിനോടൊപ്പം ആയുധങ്ങൾ, ഭക്ഷണസാധനങ്ങൾ, പൂക്കൾ എന്നിവ വച്ചിരുന്നതായും തലയോടിനുചുറ്റും കല്ലുകൾ നിരത്തിവച്ചിരുന്നതായും കണ്ടെത്തുകയുണ്ടായി. ശരീരത്തിൽ ചായങ്ങൾ പുരട്ടുന്ന സ്വഭാവം അവർക്കുണ്ടായിരുന്നു.

ഹോമൊ സാപിയൻസ് സാപിയൻസിലെ ക്രോമനോൺ മനുഷ്യന്റെ ജീവിതത്തെക്കുറിച്ച് വ്യക്തമായ സൂചനകൾ നമുക്ക് ലഭിച്ചിട്ടുണ്ട്. ഗുഹകളിലാണ് ഇവയും താമസിച്ചിരുന്നത്. പാറകൊണ്ടുള്ള മേൽക്കൂരയും മൂന്നുഭാഗം ചുവരുകളുമുള്ള ഗുഹകളിലായിരുന്നു താമസം. വേറൊരുതരം ഗുഹകൾ ഇടുങ്ങിയതും ഇരുട്ടു നിറഞ്ഞതുമാണ്. എന്നാൽ ഇതിന്റെ ചുവരുകളിൽ ചിത്രം വരച്ചിരുന്നു. ക്രോമനോണുകൾ സംഘംചേർന്ന് വേട്ടയാടിയിരുന്നു. ഭാഷയുടെ കാര്യത്തിൽ കൂടുതൽ വികാസമുണ്ടായിരുന്നതിനാൽ കൂട്ടായ പ്രവർത്തനങ്ങൾ ആസൂത്രണം ചെയ്യാൻ അതവരെ സഹായിച്ചിരിക്കാം. ഭക്ഷണം ശേഖരിക്കുന്ന സ്വഭാവം തുടർന്നിരുന്ന ക്രോമനോണുകൾ ഒരു സ്ഥലത്ത് സ്ഥിരമായി താമസിച്ചിരുന്നില്ല. ഗ്രീഷ്മകാലത്ത് ഗുഹകൾക്ക് പുറത്ത് താമസിക്കുവാൻ അവർ തയ്യാറായി. ഉപകരണങ്ങൾ നിർമ്മിക്കുകയും നായാടുകയുമായിരുന്നു പുരുഷന്മാരുടെ പ്രധാന തൊഴിൽ. കുഞ്ഞുങ്ങളെ വളർത്താനും ഭക്ഷണം പാകംചെയ്യാനും പഴങ്ങളും കിഴങ്ങുകളും സംഭരിക്കാനുമാണ് സ്ത്രീകൾ സമയം ചെലവഴിച്ചത്. കൂടാതെ തോലുകൊണ്ട് വസ്ത്രങ്ങളുണ്ടാക്കിയിരുന്നു. എല്ലിൽ സൂചികൾ നിർമ്മിച്ച് തുന്നൽപ്പണികൾ തുടങ്ങിയതും ക്രോമനോണുകളാണ്. മൃതദേഹം കുഴിച്ചിട്ടിരുന്ന ക്രോമനോണുകൾക്ക് ചില ആരാധനാരീതികളുമുണ്ടായിരുന്നു. ക്രോമനോൺകാരുടെ സമകാലീനർ ആഫ്രിക്കയിൽ മീൻപിടുത്തത്തിലേർപ്പെട്ടിരുന്നതായി കണ്ടെത്തിയിട്ടുണ്ട്.

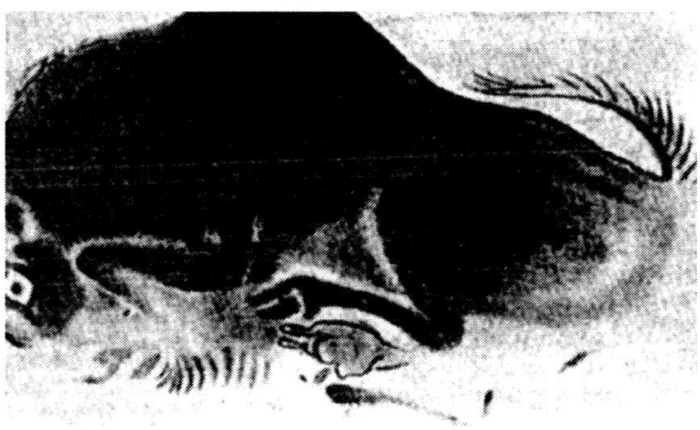

സ്പെയിനിലെ ആൾത്തുമീറയിൽ കണ്ടെത്തിയ കാട്ടുപോത്തിന്റെ പ്രാചീനശിലായുഗ ചിത്രം

കലയുടെ വികാസം സ്പ

ഷ്ടമായി കാണുന്ന ജനസമൂഹമായിരുന്നു ക്രോമനോണുകളുടേത്. സൗന്ദര്യബോധവും അവരിൽ കൂടുതലായിരുന്നു. ആദ്യമായി മാലകൾ ധരിച്ചത് ക്രോമനോൺ സ്ത്രീകളായിരുന്നിരിക്കണം. കൊമ്പുകളിൽ ശില്പങ്ങളും കൊത്തുപണികളും ചെയ്ത ക്രോമനോണുകൾ കളിമണ്ണിലും പ്രതിമകൾ നിർമ്മിച്ചിരുന്നു. സ്ത്രീകളുടെ നഗ്നപ്രതിമകൾ ആനക്കൊമ്പിലും കളിമണ്ണിലും നിർമ്മിച്ചിരുന്ന അവർ അവയെ ആരാധിച്ചിരുന്നിരിക്കണം. ചുമരുകളിൽ വർണ്ണച്ചിത്രങ്ങൾ വരയ്ക്കുന്നതിൽ അവർ പ്രഗത്ഭരായിരുന്നു. താമസിച്ചിരുന്ന സ്ഥലങ്ങളിലെ ഇടുങ്ങിയ, പ്രവേശിക്കാൻ ബുദ്ധിമുട്ടുള്ള ഗുഹയുടെ ചുവരുകളിലാണ് ചിത്രങ്ങൾ കണ്ടെത്തിയത്. കലാമൂല്യം വളരെ കൂടുതലുള്ള ചിത്രങ്ങളാണവ. പ്രകൃതിയിലെ നാരുകളും രോമങ്ങളും ചായങ്ങളുമാണ് ചിത്രപ്പണിക്ക് ഉപയോഗിച്ചിട്ടുള്ളത്. മൃഗങ്ങളെയാണ് ചിത്രീകരിച്ചിരിക്കുന്നത്.

മധ്യപ്രദേശിലെ ബിംബേഡ്കയിൽ 15,000 കൊല്ലം മുമ്പ് വരച്ചിരുന്ന (പുരാതന ശിലായുഗ)ചിത്രം

പ്രാചീന ശിലായുഗചിത്രങ്ങൾ ആഫ്രിക്ക, ആസ്ത്രേലിയ, ഇന്ത്യ എന്നിവിടങ്ങളിലുമുണ്ടായിരുന്നു. മധ്യപ്രദേശിലെ ബിംബേഡ്ക എന്നസ്ഥലത്തു നിന്നും 15,000വർഷം പഴക്കമുള്ള ചിത്രങ്ങൾ കണ്ടെത്തിയിട്ടുണ്ട്.

പ്രാചീന ശിലായുഗത്തെ സാമൂഹ്യ സാംസ്കാരിക പ്രവണതകൾക്ക് വൻതോതിൽ പരിവർത്തനമുണ്ടായത് നവീന ശിലായുഗത്തിലാണ്. ശിലാവ്യവസായങ്ങൾക്കിടയിൽ എന്തുകൊണ്ടും 'വിപ്ലവം' എന്ന വാക്ക് അന്വർത്ഥമാക്കുന്ന കാലഘട്ടമായിരുന്നു നവീന ശിലായുഗം. സസ്യാഹാരങ്ങൾ ശേഖരിച്ചും മൃഗങ്ങളെ വേട്ടയാടിയും ഭക്ഷണത്തിന് വഴികണ്ടിരുന്നവർ ഒരു പുതിയ യുഗത്തിലേക്ക് കടക്കുകയായിരുന്നു ആ ഘട്ടത്തിൽ. പ്രകൃതിയിൽ നിന്ന് കിട്ടാവുന്നത് നേടുവാൻ പുതിയ പുതിയ ശിലായുധങ്ങൾ കണ്ടെത്തുന്നതിൽ അഭിവൃദ്ധി പുരാതന ശിലായുഗത്തിൽ മനുഷ്യനുണ്ടായിരുന്നെങ്കിലും നവീന ശിലായുഗം മാനവസംസ്കാരത്തിന് പുതിയൊരു അടിത്തറ നൽകി. പ്രകൃതിയെ നിയന്ത്രിച്ചുകൊണ്ട് മനുഷ്യ സമ്പദ്ഘടനയെ പരിവർത്തനം ചെയ്ത ആദ്യ വിപ്ലവം ഭക്ഷ്യസാധനങ്ങൾ ഉൽപ്പാദിപ്പിക്കുക എന്നതായിരുന്നു.

അവസാന ഐസ് യുഗത്തിനുശേഷം ഭൂമിയിലെ കാലാവസ്ഥ കൃഷിക്കനുകൂലമായി മാറുകയും മനുഷ്യൻ കൃഷിയാരംഭിക്കുകയും ചെയ്തുവെന്നാണ് ഈ യുഗത്തിന്റെ ഏറ്റവും വലിയ സവിശേഷത. സാമൂഹ്യ, സാംസ്കാരിക മേഖലകളിൽ മനുഷ്യരാശി പുതിയൊരു കുതിച്ചുചാട്ടം നടത്തിയത് കൃഷി ആരംഭിച്ചതോടെയാണ്. സാമൂഹ്യജീവിതത്തിന് കൂടുതൽ കെട്ടുറപ്പുണ്ടാക്കാനും കുടുംബവ്യവസ്ഥ ശക്തമാകാനും അതു വഴിതെളിച്ചു. കൃഷിക്കുവേണ്ടി പാറക്കോലുകളും മരപ്പണിക്കുവേണ്ടി കല്ലുളികളും നിർമ്മിച്ച നവശിലായുഗക്കാർ യാത്രക്കായി വഞ്ചിയും ചക്രമില്ലാത്ത വലിവണ്ടിയും ഉപയോഗിക്കാൻ തുടങ്ങി. നൂൽനൂൽപ്പ്, നെയ്ത്ത് എന്നിവയുടെ തുടക്കവും വീട്ടുമൃഗങ്ങളെ വളർത്താൻ തുടങ്ങിയതും ഈ കാലഘട്ടത്തിലെ സാമൂഹ്യ ജീവിതത്തിന് കൂടുതൽ മിഴിവ് നൽകി. സഹകരണാടിസ്ഥാനത്തിലുള്ള സാമൂഹ്യ ജീവിതത്തിന്റെ വികസിത ഘട്ടത്തിലേക്കാണ് നവീനശിലായുഗം മനുഷ്യരാശിയെ നയിച്ചത്. വേട്ടയാടിയും ഭക്ഷണം ശേഖരിച്ചും കഴിഞ്ഞിരുന്നവരുടെ എണ്ണം അവരുടെ അധീനതയിൽ വരുന്ന വിഭവങ്ങൾക്ക് അനുസൃതമായി ക്രമീകരിക്കപ്പെട്ടിരുന്നു. ഇത്തരത്തിലുള്ള പരിധികളെ അതിജീവിക്കാൻ കൃഷി മനുഷ്യനെ പര്യാപ്തമാക്കുകയുണ്ടായി. അതു ജനസംഖ്യാ വർധനവിനും കാരണമായിട്ടുണ്ടാകാം. ഭക്ഷ്യവർധനയ്ക്കു കൂടുതൽ സ്ഥലത്ത് കൃഷിചെയ്താൽ മതിയെന്നു വന്നപ്പോൾ ജനസംഖ്യ കൂടുകയും തിരിച്ച് കൃഷിചെയ്യാൻ കൂടുതലാളുകൾ ഉണ്ടാവുകയും ചെയ്തിരിക്കാം.

പരിണാമത്തിന്റെ വിവിധ ഘട്ടങ്ങളിലൂടെ മനുഷ്യൻ മെച്ചമായ സാമൂഹ്യ സാംസ്കാരിക ജീവിതത്തിലേക്കും പുരോഗമിക്കുകയായിരു

ന്നുവെന്ന് വ്യക്തമായല്ലോ. നിലനില്പിന് കൂട്ടായ്മ ആവശ്യമാണെന്ന് ആദ്യം ബോധ്യപ്പെട്ടത് ആദ്യകാല ഹോമിനിഡുകൾക്കാണ്. വൃക്ഷങ്ങളിൽ നിന്ന് താഴെവന്ന് രണ്ടുകാലിൽ നടക്കാൻ തുടങ്ങിയ അവയ്ക്ക് സമതലങ്ങളിൽ ജീവിക്കാനും ഭക്ഷണം തേടാനും ശത്രുമൃഗങ്ങളെ നേരിടാനും കൂട്ടായ്മ വേണമെന്ന തിരിച്ചറിവിൽ നിന്നാണ് മനുഷ്യനിൽ വൈകാരിക ബുദ്ധി (emotional intelligence) വികസിക്കാൻ തുടങ്ങിയതെന്ന് പുതിയ പഠനങ്ങളിൽ സൂചനകളുണ്ട്. ജീവിത വിജയത്തിന് ഏറ്റവും സഹായിക്കുന്ന ഘടകമാണ് ഓരോ മനുഷ്യനിലെയും വൈകാരിക ബുദ്ധിയെന്ന് ഇന്ന് മനഃശാസ്ത്രം അംഗീകരിക്കുന്നു. ആദ്യകാല ഹോമിനിഡുകളിൽ ആരംഭിച്ച വൈകാരിക ബുദ്ധിയുടെ വികാസം വിവിധ ഘട്ടങ്ങളിലൂടെ മനുഷ്യന്റെ സാമൂഹ്യ സ്വാഭാവത്തെ പരിപോഷിപ്പിക്കുകയും ചെയ്തിരിക്കാം.

സാമ്പത്തിക പ്രവർത്തനങ്ങളുടെ ഉൽപ്പത്തിയും വികാസവും

മനുഷ്യന്റെ സാമൂഹ്യ-സാംസ്കാരിക വികാസത്തെക്കുറിച്ചുള്ള വിശകലനം പൂർണ്ണമാകാൻ സാമ്പത്തിക സ്വരൂപത്തിന്റെ വികാസംകൂടി കണക്കിലെടുക്കേണ്ടതുണ്ട്. ഒരു ഗ്രാമത്തിലെ അല്ലെങ്കിൽ അടുത്തടുത്തുള്ള ഒരുകൂട്ടം ഗ്രാമങ്ങളിലെ നിവാസികൾ വെറുമൊരു സമൂഹം മാത്രമല്ല. പൊതുവായ അധ്വാനക്രിയകളിലും ജോലിയുടെ കാലിക സ്വഭാവത്തിലും പരസ്പരം ബന്ധം സ്ഥാപിച്ചിരിക്കുന്ന ഒരു സാമ്പത്തിക കൂട്ടായ്മ കൂടിയാണ്. സാമ്പത്തിക കൂട്ടായ്മ പരിസ്ഥിതിയുടെ മേൽ സജീവമായ രൂപാന്തരീകരണ സ്വാധീനം ചെലുത്തുന്നു. ഇതാണ് ജന്തുസമുദായത്തിൽ നിന്ന് സാമ്പത്തിക കൂട്ടായ്മയ്ക്കുള്ള മൗലികമായ വ്യത്യാസം. മനുഷ്യപരിണാമ ഘട്ടങ്ങളിലെ സാമ്പത്തിക കൂട്ടായ്മകളെയും പ്രവർത്തന രീതികളെയും വിലയിരുത്തുക വളരെ ബുദ്ധിമുട്ടേറിയ കാര്യങ്ങളാണ്. എന്നാലവിടെയും ചില മാനദണ്ഡങ്ങൾ നാം സ്വീകരിക്കാറുണ്ട്.

നാമാവശേഷമായ ചില ജന്തുക്കളുടെ സ്വരൂപം നിർണയിക്കുന്നതിന് മണ്ണടിഞ്ഞ എല്ലിൻകഷ്ണം ഉപകരിക്കുന്നതുപോലെ നാമാവശേഷമായ മനുഷ്യസമൂഹങ്ങളുടെ സാമ്പത്തിക സ്വരൂപം നിർണ്ണയിക്കുന്നതിന് ആ കാലഘട്ടത്തിലെ മനുഷ്യരുപയോഗിച്ച പണിയായുധങ്ങൾ പ്രയോജനപ്പെടുന്നു. മനുഷ്യപ്രയത്നത്തിലൂടെയുണ്ടായ അഭിവൃദ്ധിയുടെ നിലവാരമളന്നുനോക്കാൻ പണിയായുധങ്ങൾ സഹായിക്കുന്നതിനോടൊപ്പം ഏതു സാമൂഹ്യ പരിതഃസ്ഥിതികളിലാണ് മനുഷ്യപ്രയത്നം നടത്തിയിട്ടുള്ളത് എന്നുകൂടി അവ വ്യക്തമാക്കുന്നുണ്ട്.

മനുഷ്യരാശിയുടെ സാമ്പത്തിക പ്രവർത്തന ചരിത്രത്തിൽ രണ്ടു ഘട്ടങ്ങളുണ്ടെന്ന് വ്യക്തമാക്കിയത് ഏംഗൽസാണ്. *കുടുംബം, സ്വകാര്യസ്വത്ത്, ഭരണകൂടം എന്നിവയുടെ ഉൽപ്പത്തി* എന്ന കൃതിയിൽ ഏംഗൽസ് ആ രണ്ടു ഘട്ടങ്ങളെയും വിഭജിച്ച് പറഞ്ഞിട്ടുണ്ട് – സ്വായത്തമാക്കലിന്റെ ഘട്ടമെന്നും ഉൽപ്പാദനത്തിന്റെ ഘട്ടമെന്നും. പ്രകൃതിയെ

ആശ്രയിച്ചുകൊണ്ട് അതിൽ നിന്നുള്ള ഉൽപ്പന്നങ്ങളെ സ്വായത്തമാക്കുന്നതാണ് ആദ്യത്തെ രൂപം. സാധനങ്ങൾ കൈക്കലാക്കുവാൻവേണ്ടി പണിക്കോപ്പുകളുപയോഗിച്ചു തുടങ്ങിയത് പ്രാചീന മനുഷ്യരാണ്. അവിടെ സ്വന്തമായി ഒന്നും ഉൽപ്പാദിപ്പിക്കുന്നില്ല. ഭക്ഷ്യപദാർത്ഥങ്ങൾ ശേഖരിച്ചതും മൃഗങ്ങളെ വേട്ടയാടിയതും മീൻ പിടിച്ചതുമെല്ലാം പ്രകൃതിയിൽ നിന്നുള്ളവയെ സ്വായത്തമാക്കുന്ന രീതികളാണ്. ഈ അധ്വാനത്തിൽ പുതുതായി യാതൊന്നും സൃഷ്ടിക്കപ്പെടുന്നില്ല. അപ്പോൾ പ്രകൃതിയെ നിയന്ത്രിച്ചുകൊണ്ട് മനുഷ്യൻ കൃഷിയാരംഭിക്കുന്ന നവീന ശിലായുഗം വരെയുള്ള സാമ്പത്തിക പ്രവർത്തന ചരിത്രം സ്വായത്തമാക്കലിന്റെ ഘട്ടമായിരുന്നു. ഭക്ഷ്യശേഖരണം നടത്തുന്നവരുടെയും വേട്ടക്കാരുടെയും മീൻപിടുത്തക്കാരുടെയും സമ്പദ്വ്യവസ്ഥയാണത്. അവ വിനിയോഗ സമ്പദ്വ്യവസ്ഥയുടെ രൂപത്തിൽ ഒതുങ്ങി നിൽക്കുന്നില്ല. അതിനാൽ ഉൽപ്പാദനത്തിന്റെ ഘട്ടത്തിൽ വികസിച്ചു തുടങ്ങിയ ഒരു സാമ്പത്തിക കൂട്ടായ്മയായിരുന്നില്ല സ്വായത്തമാക്കൽ ഘട്ടത്തിലുണ്ടായിരുന്നത്.

ഒരു സാമ്പത്തിക കൂട്ടായ്മ മറ്റുള്ളവയുമായി വ്യാപാര വിനിമയ ബന്ധങ്ങൾ സ്ഥാപിക്കാറുണ്ട്. സ്വായത്തമാക്കൽ ഘട്ടത്തിലെ സാമ്പത്തിക കൂട്ടായ്മകൾക്ക് പൊതു കമ്പോളങ്ങൾ നിലവിലിരുന്നുവെന്ന് സങ്കൽപ്പിക്കാനാവില്ല. എന്നാൽ വിനിമയം നേരിട്ടു നടന്നിരുന്നുവെന്നതിന് സൂചനകളുണ്ട്. പാലിയോലിത്തിക് കാലഘട്ടത്തിൽ ഒരു നിശ്ചിത സ്ഥലത്തെ തീക്കല്ല് ഭൂമിശാസ്ത്രപരമായി വ്യാപകമായ പ്രദേശങ്ങളിൽ ഉപയോഗിക്കപ്പെട്ടിരുന്നു. മെസോലിതിക്, നിയോലിതിക് കാലങ്ങളിലും ഇത്തരം ഉദാഹരണങ്ങൾ ലഭ്യമായിട്ടുണ്ട്. തലമുറകൾ കഴിയുമ്പോൾ കൂടുതൽ കൂടുതൽ കൂട്ടായ്മകൾ അതിൽ പങ്കെടുത്തതിന്റെ ഫലമായി പണിക്കോപ്പുകളും ആഭരണങ്ങളും നിർമ്മിക്കുന്നതിനുള്ള സാമഗ്രികൾ കൂടുതൽ പ്രദേശങ്ങളിലേക്ക് വ്യാപിക്കുകയുണ്ടായി. ഏതൊരു സാമ്പത്തിക കൂട്ടായ്മയും സ്വന്തം ആവശ്യങ്ങൾ കഴിയുന്നത്ര പൂർണ്ണമായും വിപുലമായും നിറവേറ്റാൻ ശ്രമിക്കും. അതിനാൽ സ്വന്തം ഉൽപ്പാദന പ്രവർത്തനം കൂടുതൽ കാര്യക്ഷമമാക്കാൻ ശ്രദ്ധിക്കുകയും ചെയ്യും. അനുകൂലമായ ഭൂമിശാസ്ത്ര സാഹചര്യങ്ങൾ ഉണ്ടാവുമ്പോൾ ഭൂപരിസ്ഥിതിയുടെ മേലുള്ള ആധിപത്യം അവർ ഉറപ്പിക്കുന്നു. പുതിയ ഊർജ്ജസ്രോതസ്സുകൾ തുടർന്ന് ലഭ്യമാക്കുന്നു. ഇത് പുതിയ രീതിയിൽ പ്രവർത്തിക്കുന്ന സാമ്പത്തിക കൂട്ടായ്മയിലേക്കുള്ള പരിവർത്തനത്തെ ത്വരിതപ്പെടുത്തുകയാവും ചെയ്യുക. അങ്ങനെ മനുഷ്യരാശിയുടെ ക്രമേണയുള്ള വികാസവും ഉൽപ്പാദനശക്തികളുടെയും സാങ്കേതികവിദ്യയുടെയും വികാസവും സ്വായത്തമാക്കൽ സമ്പദ് വ്യവസ്ഥയിൽനിന്ന് ഉൽപ്പാദന (കാർഷിക) സമ്പദ് വ്യവസ്ഥയിലേക്ക് മാറാൻ സഹായിക്കുകയായിരുന്നു. അതിനാൽ മനുഷ്യന്റെ സാമൂഹ്യവും സാംസ്കാരികവുമായ വികാസത്തിന് സാമ്പത്തിക സ്വരൂപങ്ങളുടെ അടിത്തറയുണ്ടായിരുന്നുവെന്ന് വ്യക്തമാണല്ലോ.

പിൽക്കാല ശിലായുഗത്തിലെ കുടിൽ

അപ്പർ പാലിയോലിതിക് കാലത്തിന്റെയും മെസോലിതിക് കാലത്തിന്റെയും സംഗമ സന്ധിയിൽ തുടങ്ങുകയും സംസ്കാരങ്ങളുടെയും ആദ്യത്തെ വർഗാധിഷ്ഠിത സാമൂഹ്യ-ചരിത്ര സംവിധാനത്തിന്റെയും ആവിർഭാവകാലംവരെ തുടരുകയും ചെയ്ത യുഗം ആദിമ കമ്യൂണിന്റേതായി വിലയിരുത്തപ്പെടുന്നു. ഇതിനെ രണ്ടു ഘട്ടങ്ങളായി തിരിക്കാം. ആദ്യഘട്ടത്തെ ഉപഭോക്താക്കളുടെ ആദ്യകാല കമ്യൂൺ എന്നും രണ്ടാമത്തെ ഘട്ടത്തെ ഉൽപ്പാദകരുടെ വികസിത കമ്യൂൺ എന്നും പറയുന്നു. സാമ്പത്തിക രൂപം വച്ചുനോക്കുമ്പോൾ അത് മുമ്പുപറഞ്ഞ സ്വായത്തമാക്കൽ ഘട്ടവും ഉൽപ്പാദനത്തിന്റെ ഘട്ടവും തന്നെയാണ്. മനുഷ്യന്റെ പരിണാമചരിത്രം (ആൾക്കുരങ്ങിൽ നിന്ന് ആധുനിക മനുഷ്യനിലേക്കുള്ള) സ്വായത്തമാക്കൽ ഘട്ടത്തെയാണ് ഉൾക്കൊള്ളുന്നത്. അതിനാൽ ഉപഭോക്താക്കളുടെ ആദ്യകാല കമ്യൂണിന്റെ അവസാനം വരെയുള്ള പരിണാമ ചരിത്രത്തിന്റെ വിശകലനമാണ് ഈ പുസ്തകത്തിലെ പ്രധാന പരാമർശ വിഷയമെന്ന് പറയാം.

ഉൽപ്പാദകരുടെ വികസിത കമ്യൂണിന്റെ ഘട്ടമെന്നത് നവീനശിലായുഗ-വെങ്കലയുഗങ്ങളാണ്. ആദ്യകാല കൃഷിക്കാരുടെയും കാലിവളർത്തൽകാരുടെയും സമൂഹമാണിത്. വംശസമുദായങ്ങൾ വ്യക്തമായി

തന്നെ നിലവിലുണ്ടായിരുന്നത് ഇക്കാലത്താണ്. ഈ ഘട്ടത്തിലാണ് മനുഷ്യ സമൂഹം വർഗാധിഷ്ഠിത സാമൂഹ്യ–സാംസ്കാരിക പരിണാമത്തിന് ശക്തമായ അടിത്തറയൊരുക്കിയത്. നവീനശിലായുഗത്തിനുശേഷം ലോഹങ്ങളുടെ കണ്ടുപിടുത്തമുണ്ടായി. വെങ്കലയുഗത്തിൽ രൂപംകൊണ്ട ഈജിപ്ഷ്യൻ, മെസോപ്പൊട്ടേമിയൻ, ഹാരപ്പ, ചൈനീസ് നാഗരികതകളെക്കുറിച്ചുള്ള വിശദാംശങ്ങൾ ഏവർക്കും സുവ്യക്തമാണല്ലോ. ഈ ഘട്ടത്തിൽ മനുഷ്യൻ വാക്കുകളെ അക്ഷരങ്ങളാക്കി മാറ്റി ഭാഷയെ അനശ്വരമാക്കിയതിലൂടെ ചരിത്രാതീതകാലത്തിന് അന്ത്യമായി. തുടർന്നുവന്ന ഇരുമ്പുയുഗത്തിലെ റോമൻ, ഗ്രീക്ക്, വേദ സംസ്കാരങ്ങൾ കൂടുതൽ സങ്കീർണമായ സാമൂഹ്യ–ഭരണസംവിധാനങ്ങളുടെ രൂപപ്പെടലുകളിലേക്ക് വെളിച്ചം വീശുന്നു. ഇവയെല്ലാം ആദ്യകാല കമ്യൂണിനുശേഷമുള്ള നാഗരികതകളുടെയും വർഗ സമൂഹങ്ങളുടെയും ഭരണകൂട രൂപീകരണങ്ങളുടെയും ചരിത്രത്തിന്റെ ഭാഗമാണ്.

5

കമ്യൂണുകൾ വർഗാധിഷ്ഠിത സമൂഹത്തിന് വഴിമാറുന്നു

ഉപഭോക്താക്കളുടെ ആദ്യകാല കമ്യൂണിൽനിന്ന് ഉല്പാദകരുടെ വികസിത കമ്യൂണെന്ന് വിശേഷിപ്പിക്കാവുന്ന നവശിലായുഗ–വെങ്കല യുഗ കാലഘട്ടത്തിലേക്കുള്ള മാറ്റം സമൂഹപരിണാമ ചരിത്രത്തെ സംബന്ധിച്ച് വളരെ പ്രാധാന്യമർഹിക്കുന്നു. മനുഷ്യ സമ്പദ്ഘടനയെ പരിവർത്തനം ചെയ്ത ആദ്യത്തെ വിപ്ലവമാണ് ഉപഭോക്താവെന്നതിൽ നിന്ന് ഉൽപ്പാദകനായി മാറിയ പ്രക്രിയ. അതോടെ മനുഷ്യന് തന്റെ സ്വന്തം ഭക്ഷ്യവസ്തുക്കൾക്കുമേൽ നിയന്ത്രണമുണ്ടായി. തിന്നാൻ പറ്റിയ പുല്ലുകളും വേരുകളും ഫലങ്ങളടങ്ങിയ വൃക്ഷങ്ങളും കൃഷി ചെയ്യാനും തെരഞ്ഞെടുത്ത് അഭിവൃദ്ധിപ്പെടുത്താനും മനുഷ്യൻ പഠിച്ചു. മൃഗങ്ങൾക്കുവേണ്ടി അവനു നൽകാൻ കഴിഞ്ഞ തീറ്റയ്ക്കും സംരക്ഷണത്തിനും പകരമായി അവ മനുഷ്യരോട് ഇണങ്ങിജീവിക്കാൻ തുടങ്ങി. കൃഷി, മൃഗപരിപാലനം എന്നീ രണ്ടു പ്രവർത്തനങ്ങളും പരസ്പര ബന്ധിതമായി മാറി.

നവശിലായുഗത്തിലാണ് മനുഷ്യൻ കൃഷി ചെയ്യാനാരംഭിച്ചതെന്നും ഉൽപ്പാദക സമ്പദ്വ്യവസ്ഥയിലേക്കു കടന്നതെന്നും നാം കണ്ടതാണല്ലോ. എന്നാൽ ഒരു സ്ഥലത്തു സ്ഥിരമായ ജീവിതമാരംഭിക്കാൻ നവശിലായുഗത്തിലെ കാർഷിക വിപ്ലവം കാരണമായി എന്നു വാദിക്കാനാവില്ല. കാരണം ഒന്നുരണ്ടു തവണ ഒരു സ്ഥലത്തു കൃഷി ചെയ്യുമ്പോൾ വിളവ് മോശമാകും. വളം ചേർക്കാത്തതിനാൽ ഫലപുഷ്ടി നശിക്കുകയും ഒരു ഗ്രാമത്തിൽ കിട്ടാവുന്ന ഭൂമി മുഴുവൻ വേഗത്തിൽ കൃഷി

ചെയ്ത് വിളവ് മോശമാകുമ്പോൾ മറ്റൊരു സ്ഥലത്തേക്ക് മാറുകയും ചെയ്യുന്നു. വീട്ടുസാധനങ്ങൾ ലഘുവായതിനാൽ കൊണ്ടുപോകാനെളുപ്പമാണ്. ഉറപ്പില്ലാത്ത കൂടുകളെപ്പോലുള്ള വീടുകൾക്കു പകരം പുതിയവ വീണ്ടും പണിയാനുമെളുപ്പമാണ്. പ്രാകൃതരൂപത്തിലുള്ള കൃഷിയെന്ന് ഇതിനെ വിശേഷിപ്പിക്കാം.

സാമ്പത്തിക കൂട്ടായ്മകൾ പുതിയ പ്രദേശങ്ങളിലേക്കു കുടിയേറുകയും പുതിയ പരിതഃസ്ഥിതികളുടെ മേൽ നിയന്ത്രണം സ്ഥാപിക്കുകയും ചെയ്യാറുണ്ട്. കാടുകൾ വെട്ടിത്തെളിച്ചും ചുട്ടെരിച്ചും നടത്തുന്ന കൃഷിയിൽ അത് വ്യക്തമാണ്. ഫലപുഷ്ടി ക്ഷയിക്കുമ്പോൾ കൂട്ടായ്മ പുതിയ വനപ്രദേശം വെട്ടിത്തെളിച്ച് കൃഷിയിറക്കുന്നു. അവിടെ പ്രത്യേക സൂക്ഷ്മപരിസ്ഥിതികളുണ്ടായിരിക്കും. അപ്പോൾ പഴയ വിളകൾക്ക് പുതിയ കൃഷിസങ്കേതങ്ങളും പുതിയ വിളകൾ കൃഷി ചെയ്യേണ്ടതും ആവശ്യമായി വരുന്നു. മനുഷ്യനും ഭൂപരിസ്ഥിതിയുമായി പുതിയൊരു ഇണങ്ങിച്ചേരലിന് അതു കാരണമാകുന്നു. അത് ഉൽപ്പാദനപ്രവർത്തനത്തിന്റെ മണ്ഡലത്തെ സ്വാധീനിക്കുന്നുണ്ട്. മൊത്തത്തിലുള്ള സാമ്പത്തിക പ്രവർത്തനത്തെ സംബന്ധിച്ചിടത്തോളം ഇതർത്ഥമാക്കുന്നത് ഒരു പരിവർത്തനത്തെയാണ്. കൃഷിയുടെ പ്രാകൃത രൂപങ്ങളിൽ നിന്ന് കാലിവളർത്തലോടുകൂടിയ വികസിത രൂപത്തിലേക്കുള്ള പരിവർത്തനമാണത്. പ്രാകൃത കൃഷിയിൽനിന്ന് വികസിത കൃഷിയിലേക്കുള്ള വികാസം ഒരു സ്വതന്ത്ര സാമ്പത്തിക യൂണിറ്റായ മനുഷ്യസമൂഹത്തിൽ മാത്രമേ സാധ്യമാകൂ. ഒട്ടും ബന്ധമില്ലാത്തവയോ അല്പം മാത്രം ബന്ധപ്പെട്ടവയോ ആയ ജനസമൂഹത്തിന്റെ സാമ്പത്തിക സാംസ്കാരിക പ്രവണതകൾക്ക് അത്തരമൊരു വികാസത്തിന് വഴിയൊരുക്കാനാവില്ല. ഉൽപ്പാദന ശക്തികളുടെ വികാസവും സാങ്കേതിക പുരോഗതിയും മനുഷ്യരാശിയുടെ ക്രമേണയുള്ള പരിവർത്തനത്തെ സൂചിപ്പിക്കുന്നു. സ്വായത്തമാക്കൽ സമ്പദ്വ്യവസ്ഥയിൽനിന്ന് ഉൽപ്പാദന സമ്പദ്വ്യവസ്ഥയിലേക്ക് പരിവർത്തനം നടന്നതിന്റെ സൂചനകളാണതെല്ലാം.

കൃഷിക്കാരുടേതായ ഒരു സാമ്പത്തിക കൂട്ടായ്മ ഒരു പ്രദേശത്തെ പ്രയോജനപ്പെടുത്തുന്ന രീതി ആലോചിച്ചു നോക്കുക. കൃഷിക്കുവേണ്ടി ഒരുക്കപ്പെട്ട ഭൂഭാഗങ്ങളിൽ പരമ്പരാഗത കൃഷിസമ്പ്രദായത്തിന്റെ നിലവാരം തുല്യമാണെങ്കിൽ മണ്ണിന്റെ തുടക്കത്തിലെ ഫലപുഷ്ടി, വളത്തിനാവശ്യമായ ചാണകം കിട്ടുന്നതിനുവേണ്ട കന്നുകാലികൾ, ആവശ്യമായ വെള്ളത്തിന്റെ ലഭ്യത എന്നീ ഘടകങ്ങൾ കൃഷിയുടെ സഫലത നിർണ്ണയിക്കും. ലോകത്തിന്റെ വിശാലമായ പ്രദേശങ്ങൾ ജലസേചനമില്ലാതെ കൃഷി ചെയ്യാനാവില്ലെന്നതിനാൽ ആ സാമ്പത്തിക കൂട്ടായ്മകൾ വിഭിന്ന വിളകൾ കൃഷിചെയ്യുന്നതിലേക്കു കടക്കേണ്ടിവരും. എപ്പോഴും നനവ് ആവശ്യമുള്ളതും ഇല്ലാത്തതുമായ വിളകൾ മാറിമാറി കൃഷി ചെയ്തുകൊണ്ട് കൂട്ടായ്മകൾക്ക് മുന്നോട്ടുപോകാം. സാമ്പത്തിക കൂട്ടായ്മകളുടെ സംതുലനം ഉറപ്പുവരുത്തുന്നത് വിളവിന്റെ അളവും ആ

കൂട്ടായ്മയിലെ ജനസംഖ്യാനുപാതവുമാണ്.

ഭൂമിശാസ്ത്രപരമായ സവിശേഷതകൾ സാമ്പത്തിക പ്രവർത്തനത്തിന്റെ തീവ്രതയെയും സാമ്പത്തിക കൂട്ടായ്മകളുടെ വലിപ്പത്തെയും നിർണ്ണയിച്ചിട്ടുണ്ട്. ഊരുചുറ്റിയുള്ള കാലിവളർത്തലിൽ നല്ല മേച്ചിലിടങ്ങളുടെ ലഭ്യത കന്നുകാലികളുടെ എണ്ണത്തെയും സാമ്പത്തിക കൂട്ടായ്മയുടെ വലിപ്പത്തെയും പരിമിതപ്പെടുത്തുന്നു. തൊഴുത്തിൽ നിർത്തിയുള്ള കാലിവളർത്തലും വികസിത കൃഷിയും പരസ്പര ബന്ധിതമായി പരിണമിച്ചു. ഇറച്ചി വേഗം ലഭ്യമാക്കുന്നതിനുവേണ്ടി മൃഗങ്ങളെ വളർത്താൻ തുടങ്ങിയ മനുഷ്യൻ ക്രമേണ കൃഷിയാവശ്യങ്ങൾക്ക് അവയെ പ്രയോജനപ്പെടുത്താൻ തുടങ്ങിയതാവണം. കാലികൾ മേഞ്ഞ സ്ഥലങ്ങളിൽ നല്ല വിളവുണ്ടായത് ശ്രദ്ധയിൽപ്പെട്ടിരിക്കാം. മൃഗങ്ങൾ അവയുടെ കുട്ടികൾക്ക് പാലുകൊടുക്കുന്നത് കണ്ട് പാൽ ഭക്ഷണാവശ്യത്തിന് ഉപയോഗിക്കാൻ തുടങ്ങിയതാവണം. മൃഗങ്ങളെ കൂടുതൽ കാലം പരിപാലിച്ചു വളർത്താനും കൃഷിയാവശ്യങ്ങൾക്ക് അവയെ പ്രയോജനപ്പെടുത്താനും ആരംഭിച്ചതോടെ സാമ്പത്തിക കൂട്ടായ്മകൾ വികസിത കൃഷിയിൽ വിജയം വരിക്കാൻ തുടങ്ങി.

ഭക്ഷ്യോൽപ്പാദന സമ്പദ്ഘടനയുടെ ചില പ്രത്യേകതകൾ ശ്രദ്ധിക്കേണ്ടതുണ്ട്. മിച്ചം വയ്ക്കാനുള്ള പ്രവണതയുണ്ടാകുകയും വിളവെടുത്തുകഴിഞ്ഞാൽ അടുത്ത കൊയ്ത്തുവരെ ധാന്യം സൂക്ഷിച്ചു ചെലവു ചെയ്യണമെന്ന ധാരണ ശക്തമാവുകയും ചെയ്തു. വിത്തിനായി ഒരംശം മാറ്റിവയ്ക്കുമ്പോൾ അവ സൂക്ഷിക്കാൻ അറകൾ പണിയുന്നു. കന്നുകാലികളെ വിവേചനമില്ലാതെ കൊന്നു തിന്നാൻ പാടില്ലെന്നും ചാണകത്തിനും പാലിനും അവയെ സംരക്ഷിക്കേണ്ടതാണെന്നും ബോധ്യപ്പെടുന്നു. മിച്ചം ഉൽപ്പാദിപ്പിക്കുന്നതും സംഭരിക്കുന്നതും വിഷമകാലത്തെ അതിജീവിക്കാൻ സഹായിച്ചു. വരൾച്ച, വിളനാശം എന്നിവക്കെതിരായ കരുതലായി അതുമാറി. പ്രാഥമിക

നവശിലായുഗ ഗ്രാമം

വ്യാപാരത്തിന്റെ അടിത്തറയായതും അത്തരം ഉൽപ്പാദനവും സംഭരണ വുമാണ്. അത് മറ്റൊരു സാമ്പത്തിക ക്രമത്തിന്റെ തുടക്കമായി മാറി. ഒരു സമൂഹത്തിന്റെ ജീവിതാവശ്യങ്ങൾക്ക് മറ്റൊന്നിനെ ആശ്രയിക്കേ ണ്ടിവരുന്ന സാഹചര്യം കുറഞ്ഞു. ഈ സാമ്പത്തിക സ്വയംപര്യാപ്തത യുടെ അർത്ഥം ഒറ്റപ്പെടലായിരുന്നുവെന്നല്ല. ആഹാര സമ്പാദനത്തി നായി വിഭിന്ന ഗ്രൂപ്പുകൾ ഒരേ സമയത്ത് പല മാർഗ്ഗങ്ങൾ തേടിയി രുന്നു. അപ്പോൾ വിവിധ സമൂഹങ്ങൾ പരസ്പര സമ്പർക്കത്തിൽ ഏർപ്പെടുകയും ചെയ്തിരുന്നു. ഒറ്റപ്പെട്ടു കിടക്കുന്ന സമൂഹങ്ങളുടെ ചിതറിക്കിടക്കുന്ന രൂപമായിട്ടല്ല, സമൂഹങ്ങളുടെ തുടർച്ചയായ ഒരു ശൃംഖലയായിട്ടാണ് നവീനശിലായുഗത്തെ വിലയിരുത്തേണ്ടത്. ക്രമ മായ സാമൂഹ്യബന്ധങ്ങൾ നിലവിലുണ്ടായിരുന്നില്ലെങ്കിലും ആവർത്തി ച്ചുണ്ടാകുന്ന ബന്ധങ്ങളാൽ ഓരോ സമൂഹവും ഇരുവശത്തുമുള്ള അയൽക്കാരുമായി ബന്ധിക്കപ്പെട്ടിരുന്നു. *മനുഷ്യൻ സ്വയം നിർമ്മി ക്കുന്നു* എന്ന കൃതിയിൽ ഗോർഡൻ ചൈൽഡ് പറയുന്നത് നോക്കുക:

"...സ്ഥിര കർഷകരുടെ സുഭിക്ഷ ഗ്രാമങ്ങൾക്കു സമീപം മുക്കുവ രുടെയും വേടന്മാരുടെയും അർദ്ധ നാടോടികളായ ഇടയന്മാരുടെയും സമൂഹങ്ങൾ ഗ്രാമങ്ങൾക്കിടയ്ക്കുള്ള സ്ഥലങ്ങളിൽ താമസിച്ചിരുന്ന തായി അനുമാനിക്കേണ്ടിയിരിക്കുന്നു. സ്വന്തം ഉപഭോഗത്തിനാവശ്യമാ യതിൽ കൂടുതൽ ധാന്യം ഉൽപ്പാദിപ്പിക്കുവാൻ കർഷക സമുദായ ങ്ങൾക്കു കഴിയുമായിരുന്നു. മീൻ, വേട്ടമൃഗങ്ങളുടെ ഇറച്ചി, ഇടയരുടെ ഉൽപ്പന്നങ്ങൾ എന്നിവയ്ക്കു പകരം മിച്ചധാന്യം സസന്തോഷം നൽകാൻ അവൻ തയ്യാറായി എന്നു വരാം. ദരിദ്രരായ നാടുചുറ്റി കൾക്കാകട്ടെ തങ്ങളുടെ ചരക്കുകൾ ധാന്യത്തിനുപകരം കൈമാറാൻ സന്തോഷമേ ഉണ്ടാവൂ. ഒരു വശത്തു കർഷകഗ്രാമങ്ങളും മറുവശത്ത് മുക്കുവന്മാരുടെയും വേടന്മാരുടെയും ഇടയരുടെയും ഗ്രാമസമൂഹ ങ്ങളും തമ്മിൽ ഒരുതരം പരസ്പരാശ്രയത്വം വളരെ എളുപ്പത്തിൽ വളർന്നു വന്നിരിക്കാം. അത്തരം പരസ്പരാശ്രയത്വം ഇന്നു വളരെ വ്യക്തമായി നിലനിൽക്കുന്നുണ്ട്..."

മിച്ചം ഉൽപ്പാദിപ്പിക്കുന്നതിനു സാധ്യതയുണ്ടായിരുന്നതാണ് നവ ശിലായുഗ സമ്പദ്വ്യവസ്ഥ. ആ മിച്ചം ഭക്ഷ്യോൽപ്പാദനത്തിൽ സ്വയം പങ്കെടുക്കാത്ത പുതിയ സാമ്പത്തികവർഗങ്ങളെ പോറ്റാൻ ലഭ്യമാക്കു കയും നിലവിലുള്ള സാമൂഹ്യ സാമ്പത്തിക ബന്ധങ്ങൾ പരിഷ്കരിക്ക പ്പെടുകയും ചെയ്തു.

നവശിലായുഗം വരെയുള്ള ആദിമ ചരിത്രം പരിശോധിക്കുമ്പോൾ വർഗസമൂഹങ്ങളുടെ ചരിത്രത്തെക്കാൾ കൂടുതൽ സ്വതന്ത്രമായിരുന്നു അതെന്നു കാണാം. എന്നാൽ വ്യക്തി കൂട്ടായ്മയ്ക്കു പൂർണ്ണമായും വിധേയനായിരുന്നു എന്നു പറയാനാവില്ല. എല്ലാ കൂട്ടായ്മകളും സ്ഥാപ നവൽക്കരിക്കപ്പെട്ടിരുന്നുവെന്നും അതിനർത്ഥമില്ല. ഗോത്രത്തലവ ന്മാരും മന്ത്രവാദികളും നായാട്ടുകാരും വൃദ്ധരും ഗോത്രത്തിലുള്ള

എല്ലാ ആളുകളുടെയും ബഹുമാനത്തിന് അർഹത നേടിയിരുന്നു. സാമൂഹ്യ കാര്യങ്ങളിൽ അവർക്ക് സ്വാധീനവുമുണ്ടായിരുന്നു. കേവലം വ്യക്തിയുടെ സ്വാധീനമെന്നതിലുപരി ആ വ്യക്തി ഉൾപ്പെട്ടിരുന്ന സാമൂഹ്യ ഗ്രൂപ്പിന്റെ സ്വാധീനമായിരുന്നു അതിൽ പ്രകടമായിരുന്നത്. ആദിമ കൂട്ടായ്മകൾ ചെറുതായിരുന്നുവെന്നതും വ്യക്തികളുടെ പ്രാമാണ്യത്തിന്റെ പ്രാധാന്യം കുറച്ചിരുന്നു. എന്നാൽ വർഗസമൂഹത്തിന്റെ ചരിത്രത്തെ സംബന്ധിച്ചിടത്തോളം സമൂഹത്തെ സ്വാധീനിക്കുകയും നിയന്ത്രിക്കുകയും ചെയ്ത വ്യക്തികൾ നായകപരിവേഷമുള്ളവരായിരുന്നു. എന്നാൽ ആദിമ മനുഷ്യരാശിയുടെ ചരിത്രത്തിൽ അങ്ങനെയൊരു നേതൃവിഭാഗത്തെ പൊതുവിൽ കാണുന്നില്ല. നവശിലായുഗ ഗ്രാമങ്ങളിലും ശവകുടീരങ്ങളിലും ഗോത്രപ്രധാനിയുടേതെന്ന് തോന്നിക്കുന്ന അസാധാരണമായി സജ്ജീകരിച്ചിരുന്ന ശവകുടീരങ്ങളോ വസതികളോ ഉണ്ടായിരുന്നില്ലെന്നത് പ്രത്യേകം എടുത്തുപറയേണ്ടതാണ്. അത്തരം തെളിവുകൾ ലഭ്യമാകുന്നത് വെങ്കലയുഗ സംസ്കാരകാലഘട്ടത്തെ അവശിഷ്ടങ്ങളിൽ നിന്നാണ്. പ്രാകൃത കൃഷിയിൽ നിന്ന് വികസിത കൃഷിയിലേക്ക് നവശിലായുഗ ജനത ചുവടുവെച്ചിരുന്നെങ്കിലും അപ്പോഴും സ്വതന്ത്രമായ സമൂഹങ്ങളായിരുന്നു ഉണ്ടായിരുന്നതെന്നും അതിനുശേഷമുള്ള കാലയളവിലാണ് വർഗ്ഗസമൂഹങ്ങളുടെ സങ്കീർണ്ണതകളിലേക്ക് മനുഷ്യരാശി പരിണമിച്ചതെന്നും ഇതെല്ലാം വ്യക്തമാക്കുന്നു.

നദീതടങ്ങളിലെ പരിതഃസ്ഥിതികൾ ധാന്യകൃഷിക്ക് യോജിച്ചവയായിരുന്നു. മണ്ണിനെ ഇളക്കിമറിക്കാതെ വെള്ളപ്പൊക്കത്തിൽ വന്നടിഞ്ഞ എക്കലിനുമേൽ വിത്ത് വിതറിയായിരിക്കണം ആദ്യം കൃഷി നടത്തിയിരുന്നത്. പിന്നീട് നദീതടത്തെ കൃഷിയോഗ്യമാക്കുന്നതിന് ചതുപ്പുകളിൽ നിന്ന് വെള്ളം വാർത്തുകളയുകയും കാടുവെട്ടിത്തെളിക്കുകയും വേണമായിരുന്നു. ശത്രുക്കളായ മൃഗങ്ങളെ ആട്ടിയോടിക്കേണ്ടതും അനിവാര്യമായി വന്നു. എണ്ണക്കൂടുതലും കാര്യക്ഷമമായ ആയുധങ്ങൾ കൈവശമുള്ളവരുമായ ഒരു സംഘടിത സമൂഹത്തിന് അത്തരം പ്രവർത്തനങ്ങൾ ഏറ്റെടുക്കാനാവും. ലോഹായുധങ്ങളുടെ ഉപയോഗത്തിന്റെ പ്രാധാന്യം അതിനാൽ സുവ്യക്തമാണ്.

ലോഹയുഗത്തിലേക്ക്

നവശിലായുഗത്തിന്റെ അവസാനഘട്ടങ്ങളിൽ സുമേറിയയിലേക്കും ഈജിപ്തിലേക്കും ഇന്ത്യയുൾപ്പെടെ ലോകത്തിന്റെ വിവിധ ഭാഗങ്ങളിൽ നിന്ന് നിരവധി സാധനങ്ങൾ കൊണ്ടുവന്നിരുന്നു. അവയിൽ പച്ചക്കല്ല് (Malachite), റേസിൻ (Resin), നീലോൽപ്പലം (Lapislazuli), കൃഷ്ണസ്ഫടികം (Obsidian), വൈഡൂര്യം (Amethyst), പെരേസ്കല്ല് (Turquoise) തുടങ്ങിയവയുണ്ടായിരുന്നു. പല ശവക്കല്ലറകളിലും അവയുടെ തെളിവുകൾ അവശേഷിച്ചിരുന്നു. കർഷ

സുമേറിയൻ നഗരത്തിന്റെ നാശാവശിഷ്ടങ്ങൾ

കരും നാടുചുറ്റികളും തമ്മിൽ ബന്ധമുണ്ടായിരുന്നതായി അതു സൂചിപ്പിക്കുന്നു. വ്യാപാരത്തിന്റെ വ്യാപനത്തെക്കുറിച്ചുള്ള സൂചനകളും ലോഹവിജ്ഞാനത്തിന്റെ സൂചനകളും അതിൽ കാണാവുന്നതാണ്. പച്ചക്കല്ല് ചെമ്പിന്റെ ഒരു കാർബണൈറ്റ് ആണ്. പെരേസ്കല്ല് ചെമ്പുരാശിയുള്ള അലൂമിനിയത്തിന്റെ ഫോസ്ഫേറ്റുമാണ്. ചെമ്പയിരുകളുമായി ബന്ധപ്പെട്ടാണ് അവ രണ്ടും കാണപ്പെടുന്നത്. പച്ചക്കല്ലും പെരേസ്കല്ലും ശേഖരിക്കുവാൻ ലോഹ അയിരുകളുള്ള പ്രദേശങ്ങളിൽ മനുഷ്യൻ നടത്തിയ അന്വേഷണമാണ് ചെമ്പയിരുകൾ ലഭ്യമാകാനിടയായത്. ലോഹവിദ്യയുടെ കണ്ടെത്തൽ മനുഷ്യചരിത്രത്തിലെ മറ്റൊരു വിപ്ലവമായിരുന്നു.

ലോഹപ്പണിയിൽ രണ്ടുവിധത്തിലുള്ള കണ്ടെത്തലുകൾ ഉണ്ടായിരുന്നു. ചൂടാക്കുമ്പോൾ ഉരുകുന്ന ചെമ്പിനെ ഇഷ്ടമുള്ള ആകൃതിയിൽ വാർത്തെടുക്കാം. തണുക്കുമ്പോൾ അതു കഠിനമായി തീരുന്നു. നല്ലപോലെ വായ്ത്തലയുണ്ടാക്കാൻ അതു സഹായിക്കുകയും ചെയ്യുന്നു. രണ്ടാമതായി പ്രാകൃതിക രൂപത്തിലുള്ള ചെമ്പ് നേരിട്ട് ലഭിക്കുന്നതിനോടൊപ്പം ക്രിസ്റ്റൽ രൂപത്തിലുള്ള ചിലകല്ലുകളോ മണ്ണോ ചൂടുപിടിപ്പിച്ചാൽ ചെമ്പ് ഉൽപ്പാദിപ്പിക്കാമെന്നുമാണ് കണ്ടെത്തിയത്. കല്ലിനുള്ള ഉറപ്പും മൂർച്ചയും ചെമ്പിനും ലഭിക്കുകയും തല്ലിപ്പരത്തുകയോ വലിച്ചുനീട്ടുകയോ ചെയ്യാവുന്ന പ്രത്യേകത അതിനുണ്ടെന്ന് കണ്ടെത്തുകയും ചെയ്തു. ശിലയിലുള്ള കൈക്കോടാലി കഠിനമായ പ്രയോഗത്തിൽ പൊളിഞ്ഞുപോകാം. എന്നാൽ ചെമ്പിലുള്ള ഉപകരണം പൊളിഞ്ഞാലും വീണ്ടും ഉരുക്കി പുതിയ ആയുധമാക്കി മാറ്റാൻ കഴിയുന്നു.

ഈ വിദ്യ മനസ്സിലായതോടെ ലോഹങ്ങളെ ബുദ്ധിപൂർവ്വം ഉപയോഗിക്കാൻ മനുഷ്യനു കഴിഞ്ഞു. എന്നാൽ വളരെ വേഗത്തിലുണ്ടായ മാറ്റമായിരുന്നില്ല അത്. സമതലങ്ങളിൽ ലഭ്യമല്ലാതിരുന്ന ചെമ്പയിരുകൾ പർവ്വതനിരകളിൽനിന്ന് വേർതിരിച്ചെടുക്കുകയെന്നത് പ്രയാസമേറിയ കാര്യമായിരുന്നു. ചിലർക്ക് നേരിട്ട് ലഭിച്ചിരുന്ന ചെമ്പയിര് ബാക്കിയുള്ളവർ വാങ്ങി ഉപയോഗിക്കണമായിരുന്നു. ഭക്ഷണസാധനങ്ങളിൽ മിച്ചോൽപ്പാദനം നടത്തിയാണ് ലോഹം സമ്പാദിക്കാനുള്ള വരുമാനമുണ്ടാക്കിയിരുന്നത്. ഈ കാലഘട്ടങ്ങളിലെല്ലാം ചെമ്പിനെയും കല്ലിനെയും ഒരുപോലെ മനുഷ്യൻ പണിയായുധ നിർമ്മാണത്തിന് പ്രയോജനപ്പെടുത്തിയിരുന്നു. നവീന ശിലായുഗത്തെ തുടർന്നുള്ള കാൽക്കോലിത്തിക് അഥവാ താമ്രയുഗം എന്നാണ് അറിയപ്പെട്ടത്.

ലോഹപ്പണിയിലേർപ്പെട്ടിരുന്ന ആദ്യ മനുഷ്യർക്ക് അത്ഭുതസിദ്ധികളുണ്ടായിരുന്നതായി മറ്റുള്ളവർ വിശ്വസിച്ചിരുന്നു. ഭാവനയും ചിന്തയും ഒത്തുചേർന്ന വിദഗ്ധ തൊഴിലാളികൾ കരകൗശലവിദ്യയിൽ നിപുണരായിരുന്നു. ഖനനം, ലോഹം ഉരുക്കൽ, വാർക്കൽ എന്നിവ കൃഷിക്കിടയിലോ കാലിവളർത്തലിനിടയിലോ ചെയ്യാനാവാത്ത സങ്കീർണ്ണമായ തൊഴിലുകളായിരുന്നു. മുഴുവൻ സമയ പ്രവർത്തനം അതിനാവശ്യമായിരുന്നു. മറ്റുള്ളവരുടെ ആവശ്യങ്ങൾ നിർവ്വഹിക്കുന്നതിനുള്ള ആദ്യ വ്യവസായമായിരുന്നു ലോഹപ്പണി. മറ്റുള്ളവരുടെ മിച്ച ഭക്ഷ്യോത്പ്പാദനത്തെ സ്വന്തം ഭക്ഷണത്തിന് സ്വീകരിച്ചുകൊണ്ട് ലോഹഉൽപ്പന്നങ്ങളെ അവർ വിറ്റിരിക്കാം. അതായത് ലോഹത്തൊഴിലാളികൾ ഭക്ഷണത്തിനുവേണ്ടി നേരിട്ടു ഭൂമിയെ ആശ്രയിച്ചിരുന്നില്ല എന്ന് ചുരുക്കം.

വെങ്കലയുഗ സംസ്കാരങ്ങളുടെ വികാസ പരിണാമം

ചെമ്പ് എന്ന ലോഹത്തെ ഈയവുമായി ചേർത്ത് വെങ്കലം (ഓട്) ഉണ്ടാക്കാൻ കഴിഞ്ഞത് ലോഹസാങ്കേതിക ജ്ഞാനത്തിൽ മനുഷ്യനുണ്ടാക്കിയ അടുത്ത നേട്ടമാണ്. അതുമുതലുള്ള കാലഘട്ടം വെങ്കലയുഗം (Bronze Age) എന്ന് അറിയപ്പെടുന്നു. ചെമ്പിനെക്കാളും കഠിനമായ ഒരു ലോഹം മനുഷ്യരുടെ പണിക്കോപ്പുകൾ നിർമ്മിക്കാൻ ഉപാധിയായി മാറുകയായിരുന്നു. നദീതടങ്ങളിൽ വന്നടിഞ്ഞ എക്കലിനെ കുറച്ചൊക്കെ ഇളക്കിമറിക്കാനും അവിടെ ആവർത്തനകൃഷി നടപ്പിലാക്കാനും വൃക്ഷങ്ങളെ മുറിച്ചുമാറ്റി കൃഷിയിടങ്ങളൊരുക്കാനുമൊക്കെ വെങ്കലത്തിലെ പണിയായുധങ്ങൾ മനുഷ്യനെ സഹായിച്ചു. നദീതടങ്ങളിൽ കൃഷിയിറക്കാനും അത്തരമൊരു സമ്പദ്‌വ്യവസ്ഥയെ ആശ്രയിച്ച് ജീവിക്കാനും നവശിലായുഗം മുതൽ മനുഷ്യൻ ശ്രമിച്ചു തുടങ്ങിയതാണ്. അവന്റെ സാമൂഹ്യജീവിതത്തിന് കുറച്ചുകൂടി വികസിച്ച നിലവാരമുണ്ടായത് വെങ്കലയുഗത്തിലായിരുന്നു. സംസ്കാരങ്ങളുടെ ആദ്യ കളിത്തൊട്ടിലുകളായി വിശേഷിപ്പിക്കപ്പെടുന്ന നദീതടസംസ്കാരങ്ങളായ

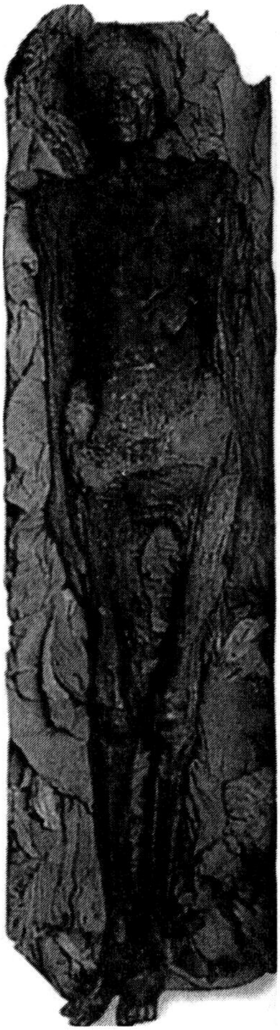

മമ്മിക്കുള്ളിലെ
ശരീരം

ഈജിപ്ഷ്യൻ, മെസൊപ്പൊട്ടേമിയൻ, ഹാരപ്പൻ , ചൈനീസ് സംസ്കാരങ്ങൾ ഈ കാലഘട്ടത്തിലാണ് വികസിച്ചത്. പൊതുവായ നിരവധി സവിശേഷതകൾ പല ഭാഗത്തായുള്ള ഈ സംസ്കാരങ്ങൾക്കുണ്ടായിരുന്നു.

പ്രാധാനമായും കൃഷിയെ അടിസ്ഥാനമാക്കിയുള്ള സാമൂഹ്യ-സാമ്പത്തിക ജീവിതമായിരുന്നു വെങ്കലയുഗത്തിലേത്. കലപ്പയും കന്നുകാലികളെയും ഉപയോഗിച്ചുകൊണ്ട് നിലം ഉഴുതുമറിക്കുകയും ജലസേചനസൗകര്യങ്ങൾ ഒരുക്കുകയും ചെയ്തിരുന്നു. കുലാലചക്രങ്ങളുപയോഗിച്ചുള്ള മൺപാത്രനിർമ്മാണം, നെയ്ത്ത്, രോമക്കുപ്പായനിർമ്മാണം, ലോഹഉപകരണങ്ങളുടെ നിർമ്മാണം എന്നിവ പൊതു പ്രത്യേകതകളാണ്. നഗരജീവിതത്തിന്റെ സവിശേഷതകൾ നിറഞ്ഞതായിരുന്നു വെങ്കലയുഗ സംസ്കാ രങ്ങളെല്ലാം. നിരവധി നഗരങ്ങൾ സംസ്കാരകേന്ദ്രങ്ങളായ നദീതീരങ്ങളിൽ വളർന്നുവന്നു. നഗരജീവിതം സങ്കീർണ്ണമായപ്പോൾ സമൂഹത്തെ നിയന്ത്രിക്കാൻ ഒരു സംവിധാനത്തിന്റെ ആവശ്യകതയുണ്ടായി. വ്യക്തമായ തൊഴിൽവിഭജനം നിലവിൽ വന്നപ്പോൾ ആഭ്യന്തര/വിദേശ കച്ചവടങ്ങളിലേർപ്പെട്ടവർ, കൃഷിക്കാർ, മരപ്പണിക്കാർ, ലോഹപ്പണിക്കാർ എന്നിങ്ങനെ വിവിധ വിഭാഗങ്ങളുണ്ടായി. നഗരജീവിതം സങ്കീർണ്ണമാവാൻ തുടങ്ങിയത് അതിനാലാണ്. പൊതുജീവിതത്തെ നിയന്ത്രിക്കാൻ ഒരു അധികാരകേന്ദ്രത്തിന്റെ ആവശ്യകതയിലേക്ക് അതു വിരൽചൂണ്ടി. രാജാവെന്നും ഗോത്രത്തലവനെന്നുമൊക്കെ വിശേഷിപ്പിക്കാവുന്ന ഭരണാധികാരികൾ അതിനെത്തുടർന്നുണ്ടായി. നിയതമായ ഭരണകൂടങ്ങളുടെ തുടക്കമായി അതിനെ കരുതാവുന്നതാണ്. നിയതമായ ചില വ്യവസ്ഥകൾക്കുള്ളിൽനിന്നുകൊണ്ടു മാത്രമേ ഒരു ഭരണകൂടത്തിന് പ്രവർത്തിക്കാനാവൂ. കേവലം വാചികമായി അത്തരം വ്യവസ്ഥകൾ തുടർന്നുപോരുക പ്രയാസമാണ്. അപ്പോൾ അവ എങ്ങനെ രേഖാമൂലമാക്കാമെന്ന ചിന്തയുണ്ടായി. അത്തരം ആവശ്യകതകൾ ലിപികളുടെ കണ്ടുപിടുത്തത്തിനും എഴുത്തുവിദ്യയുടെ തുടക്കത്തിനും കാരണമായി. എഴുത്തുവിദ്യ പ്രചാരത്തിലായതോടെ മനുഷ്യൻ രേഖകൾ

വെങ്കലയുഗ ഗ്രാമം

എഴുതി സൂക്ഷിക്കാൻ തുടങ്ങി. മനുഷ്യൻ ചിന്തകൾക്ക് അനശ്വരത നൽകാൻ തുടങ്ങിയത് അക്ഷരങ്ങളിലൂടെയാണ്. അതുമുതൽ ചരിത്ര കാലഘട്ടം (Historic Period) ആരംഭിച്ചു.

നിയമങ്ങൾ എഴുതിയുണ്ടാക്കാനാരംഭിച്ചത് വെങ്കലയുഗത്തിൽ തന്നെയാണ്. ഹമ്മുറാബി തയ്യാറാക്കിയ നിയമസംഹിത പ്രസിദ്ധമാണല്ലോ. പഴയ സുമേറിയൻ നിയമങ്ങളെയും നാട്ടുനടപ്പുകളെയും ആചാരങ്ങളെയും ക്രോഡീകരിച്ചുകൊണ്ടാണ് അദ്ദേഹം നിയമസംഹിതയുണ്ടാക്കിയത്. 'കണ്ണിന് കണ്ണ്', 'പല്ലിന് പല്ല്' എന്ന രീതിയിൽ കഠിനശിക്ഷകൾ വ്യവസ്ഥ ചെയ്തിരുന്നു ആ നിയമത്തിൽ. കുറ്റവാളികളുടെ സാമൂഹ്യ പദവിക്കനുസരിച്ച് ശിക്ഷാവിധികളിൽ ഏറ്റക്കുറവ് അതിൽ നിർദ്ദേശിച്ചിരുന്നു. വർഗ്ഗസമൂഹങ്ങളുടെയും വർഗ്ഗവേർതിരിവിന്റെയും തെളിവുകളാണവ.

ഈജിപ്തിലെ പിരമിഡുകളും സിന്ധുനദീതടത്തിലെ നഗരാസൂത്രണവുമൊക്കെ ഗണിത–സാങ്കേതിക–എഞ്ചിനീയറിംഗ് രംഗങ്ങളിലൊക്കെ വെങ്കലയുഗ മനുഷ്യന്റെ അധ്വാനവും ബുദ്ധിയും എത്രത്തോളം മുന്നോട്ടു പോയിരുന്നുവെന്ന് തെളിയിക്കുന്നു. കാർഷികവൃത്തിയെ സഹായിക്കുന്നതിനു വേണ്ടിയാണ് ഈജിപ്തുകാർ സൗരപഞ്ചാംഗം തയ്യാറാക്കിയത്. നിശ്ചിത ഇടവേളകളിൽ വെള്ളപ്പൊക്കമുണ്ടാകുന്നുണ്ടെന്ന് മനസ്സിലാക്കിയ അവർ എപ്പോൾ കൃഷിയാരംഭിക്കണമെന്നും എപ്പോൾ വിളവെടുക്കണമെന്നും സൂചന നൽകുന്ന പഞ്ചാംഗമാണുണ്ടാക്കിയത്. ഇത് ഇപ്പോഴത്തെ കലണ്ടറിന്റെ മുൻഗാമിയാണ്.

വെങ്കലയുഗത്തിലെ സാമ്പത്തിക പ്രവർത്തനങ്ങൾക്ക് നദീതടങ്ങൾ അനുകൂലഘടകമായി മാറിയിരുന്നു. ഫലപുഷ്ടിയുള്ള മണ്ണ്, സസ്യസമ്പത്ത്, അനുകൂല കാലാവസ്ഥ എന്നിവ കൃഷിക്കും സ്ഥിരതാമസത്തിനും അനുകൂല സാഹചര്യമൊരുക്കി. മേച്ചിൽപുറങ്ങൾ മൃഗപരിപാലനത്തിനും വൻവൃക്ഷങ്ങൾ ഗൃഹനിർമ്മാണത്തിനും സഹായിച്ചു. നദീസാമീപ്യം ജലഗതാഗതത്തെയും വാണിജ്യപുരോഗതിയെയും സഹായിക്കുകയുണ്ടായി. കാർഷികോൽപ്പന്നങ്ങൾക്കുപുറമെ രോമക്കുപ്പായം, ലിനൻ വസ്ത്രങ്ങൾ, ആട്ടിൻതോലിലെ വസ്ത്രങ്ങൾ, കുലാലചക്രത്തിലുണ്ടാക്കിയ മൺപാത്രങ്ങൾ, ലോഹോപകരണങ്ങൾ, പട്ടുനൂൽ, നാണയരൂപങ്ങൾ എന്നിവയെല്ലാം വെങ്കലയുഗ സംസ്കാര കേന്ദ്രങ്ങളിൽ മനുഷ്യന്റെ ഉൽപ്പാദന, ക്രയ–വിക്രയ വിഭവങ്ങളായിരുന്നു. ആഭ്യന്തരവും വൈദേശികവുമായ കച്ചവടബന്ധങ്ങളാണ് നിലനിന്നിരുന്നത്. കച്ചവടത്തിന് അളവുതൂക്ക മാനദണ്ഡങ്ങൾ നിലവിൽ വന്നതും ഈ കാലത്താണ്. സാധനങ്ങൾക്കു പകരം സാധനം കൈമാറുന്ന രീതി തുടർന്നിരുന്നുവെങ്കിലും സ്വർണ്ണം, ചെമ്പ് എന്നീ ലോഹങ്ങൾ വിനിമയ മാധ്യമങ്ങളായി പരക്കെ അംഗീകരിക്കപ്പെടുകയുണ്ടായി.

നവീനശിലായുഗംവരെ കാണാതിരുന്ന വർഗ്ഗവിഭജനത്തിന്റെ അടയാളങ്ങൾ വെങ്കലയുഗ നാഗരികതയുടെ അവശിഷ്ടങ്ങളിൽ കണ്ടെടുക്കപ്പെട്ടിട്ടുണ്ട്. രാജകീയ ശവകുടീരങ്ങൾ എന്നു തോന്നിക്കുന്നവയിൽ ധാന്യം നിറച്ചുവെച്ച ഭരണികൾ, പഴങ്ങൾ, മദ്യം, കല്ലുകൊണ്ടും വിലപിടിച്ചലോഹംകൊണ്ടും നിർമ്മിച്ച പാത്രങ്ങൾ, സ്വർണ്ണാഭരണങ്ങൾ, ചായം, വൈരക്കല്ലുകൾ, ആയുധങ്ങൾ, ചെമ്പുകൊണ്ടുള്ള മറ്റുപകരണങ്ങൾ എന്നിവ അടക്കം ചെയ്തിരുന്നു. സമ്പത്തിന്റെ കേന്ദ്രീകരണം, നിരവധി വിദഗ്ധ കൈത്തൊഴിൽകാരുടെ ലഭ്യത, വ്യാപകമായ വിദേശ വാണിജ്യം എന്നിവയെയാണ് അതു സൂചിപ്പിക്കുന്നത്.

വർഗ്ഗസമൂഹങ്ങൾ രൂപംകൊണ്ടപ്പോൾ അതിന് പല തട്ടുകളുണ്ടായി. രാജാവ് ദൈവത്തിന്റെ പ്രതിനിധിയെന്ന നിലയിൽ ഒന്നാമത്തെ തട്ടിൽ ഉൾപ്പെട്ടു. പുരോഹിതന്മാരും പ്രഭുക്കന്മാരും ഉയർന്ന ഉദ്യോഗസ്ഥരുമൊക്കെ അടുത്ത ശ്രേണിയിലും കലാകാരന്മാരും കരകൗശല വിദഗ്ദ്ധരും അതിനടുത്ത ശ്രേണിയിലും ഉൾപ്പെട്ടിരുന്നു. മധ്യവർഗ്ഗക്കാരായ കൃഷിക്കാരായിരുന്നു അടുത്ത തട്ടിൽ. യുദ്ധത്തടവുകാരുൾപ്പെടെയുള്ള അടിമകൾ ഏറ്റവും താഴത്തെ തട്ടിലായിരുന്നു. സമൂഹത്തിൽ അവകാശങ്ങൾ നിഷേധിക്കപ്പെടുന്ന ഒരു വർഗ്ഗത്തിന്റെ രൂപീകരണത്തെക്കുറിച്ച് വ്യക്തമായ സൂചനയാണ് വെങ്കലയുഗത്തിൽനിന്ന് ലഭിക്കുന്നത്.

സാമ്പ്രദായിക മതവിശ്വാസത്തിന്റെ തെളിവുകൾ വെങ്കലയുഗത്തിൽ കാണാൻ കഴിഞ്ഞിട്ടുണ്ട്. ബഹുദൈവ വിശ്വാസമാണ് വളർന്നുവന്നത്. പ്രകൃതി ശക്തികളെയും പൂർവികരെയും മൃഗങ്ങളെയും വൃക്ഷങ്ങളെയും ആരാധിക്കുന്നതോടൊപ്പം സൂര്യചന്ദ്രന്മാരെയും ആരാധിച്ചി

രുന്നു. മരണാനന്തര ജീവിതത്തിൽ വിശ്വസിച്ചിരുന്നുവെന്ന് ലഭ്യമായ തെളിവുകൾ ഉറപ്പുതരുന്നു.

വെങ്കലയുഗത്തിലെ സാമ്പത്തിക വിപ്ലവങ്ങൾ അതിനും ആയിരം കൊല്ലംമുൻപുമുതലുള്ള കണ്ടുപിടുത്തങ്ങളെ ഭൂമിയിലെ നാലുപ്രദേശങ്ങളിലെ നാഗരികതയുമായി കൂട്ടിയിണക്കുകയായിരുന്നു. ഒരേ കാലത്ത് നിലനിന്നിരുന്നതും പരസ്പരബന്ധം പുലർത്തിയിരുന്നതുമായ ഈ പുതിയ സമൂഹങ്ങൾക്ക് പൊതുവായ പ്രത്യേകതകളോടൊപ്പം തനതായ സവിശേഷതകളുമുണ്ടായിരുന്നു. പ്രകൃതിക്ക് വിധേയനാകാതെ യുക്തിസഹമായ ആസൂത്രണത്തിലൂടെ മനുഷ്യൻ പ്രകൃതിയുമായി ഐകരൂപ്യത്തിലെത്തി. ഒരു പ്രദേശത്ത് കൃഷിനശിച്ചാൽ പട്ടിണി കിടക്കേണ്ടിവന്നില്ല. ധാന്യപ്പുരകളിൽ ശേഖരിച്ച ഭക്ഷ്യപദാർത്ഥങ്ങൾ നദീതടത്തിലാകെ വിതരണം ചെയ്യാൻ സാധിച്ചിരുന്നു. ഗോത്രങ്ങൾ തമ്മിലുള്ള ചേരിപ്പോര് അവസാനിപ്പിക്കാൻ ബന്ധുത്വത്തിനതീതമായി സംഘടിപ്പിക്കപ്പെട്ടിരുന്ന സർക്കാരിന് കഴിഞ്ഞു. നാലു നാഗരികതകളുടെയും നദീതടങ്ങളിൽ ഹോമൊ സാപിയൻസ് സാപിയൻസ് വർഗ്ഗത്തിന്റെ വമ്പിച്ച തോതിലുള്ള വർദ്ധനവ് തുടർന്നുണ്ടായി. ജനങ്ങളുടെ ജീവിത നിലവാരത്തിലും വൻതോതിൽ വർദ്ധനവുണ്ടായതായി കാണാം. ശിലായുഗത്തിലെ ജനങ്ങൾക്ക് സങ്കൽപ്പിക്കാൻ പോലുമാകാത്ത വിധത്തിലുള്ള ഭക്ഷണവും പാനീയങ്ങളും താമസ സൗകര്യങ്ങളും വസ്ത്രങ്ങളുമാണ് വെങ്കലയുഗത്തിലെ ഭരണാധികാരികളും ഇടത്തരക്കാരും ആസ്വദിച്ചിരുന്നത്.

ഇരുമ്പുയുഗത്തിലേക്ക്

വളരെ വിലയേറിയ ഒരേഒരു ലോഹമാണ് വെങ്കലയുഗ നാഗരികതകളുടെയെല്ലാം ഉപകരണങ്ങളും ആയുധങ്ങളും നിർമ്മിക്കാനുപയോഗിച്ചിരുന്നത്. മൂലവസ്തുക്കളായ ചെമ്പിന്റെയും ഈയത്തിന്റെയും ദൗർലഭ്യമാണതിനു കാരണം. എന്നാൽ ഭൂഗർഭത്തിൽ സാധാരണ കണ്ടുവരുന്ന ഘടകങ്ങളിലൊന്നായ ഇരുമ്പ് സുലഭമാണ്. ഇരുമ്പിനെ ഉരുക്കി മൂശയിലൊഴിച്ച് രൂപപ്പെടുത്താൻ കഴിയുമായിരുന്നില്ല. അതിനെ അടിച്ചു പരത്തണമായിരുന്നു. 4000കൊല്ലം മുമ്പുമുതൽ മനുഷ്യന് ഇരുമ്പിനെക്കുറിച്ചറിയാമായിരുന്നുവെങ്കിലും ഇരുമ്പുയുഗമാരംഭിക്കുന്നത് ഏകദേശം 3200കൊല്ലം മുൻപുമുതലാണ്. ഇരുമ്പുകൊണ്ടുള്ള ആയുധങ്ങളുടെ സഹായത്താൽ സാധാരണക്കാരന് ഒരു വെങ്കലയുഗ സേനാനിയെ കൂടുതൽ മെച്ചമായി നേരിടാനാകും. ഈ ആയുധങ്ങളുടെ സഹായത്താൽ അപരിഷ്കൃതരും പിന്നോക്കാവസ്ഥയിലുമായിരുന്ന ഒരു വിഭാഗം വെങ്കലയുഗ നാഗരികതകളുടെ അജയ്യരെന്ന് തോന്നിച്ചിരുന്ന സൈന്യങ്ങളെ ആക്രമിക്കുകയുണ്ടായി. വെങ്കലയുഗം അവസാനിക്കുന്നതിന് അതു കാരണമായി. ഹാരപ്പൻ സംസ്കാരത്തെ സംബന്ധിച്ച് അത്തരമൊരു ആക്രമണമല്ല നദിയുടെ ഗതിമാറ്റവും കാലാ

ഇൻകാ സ്വർണ്ണരൂപങ്ങൾ

വസ്ഥാ വ്യതിയാനവുമാണ് തകർച്ചയുടെ കാരണമെന്നാണ് ഇപ്പോൾ വിലയിരുത്തപ്പെടുന്നത്. എന്തായാലും വെങ്കലയുഗ നാഗരികതകളുടെ അന്ത്യം ഇരുമ്പുയുഗത്തിന് വഴിതുറക്കുകയായിരുന്നു.

ഇരുമ്പുയുഗത്തിൽ നാഗരികത വെങ്കലയുഗത്തിനേക്കാൾ കൂടുതൽ വിസ്തൃതമായ പ്രദേശങ്ങളിലേക്കു വ്യാപിക്കുകയും കൂടുതൽ ആഴത്തിലെത്തുകയും ചെയ്തു. ഇരുമ്പ്, അക്ഷരമാല എന്നിവ സമർത്ഥമായി പ്രയോജനപ്പെടുത്തിക്കൊണ്ടാണ് ഈ യുഗത്തിൽ മനുഷ്യൻ മുന്നേറിയത്. നാണയരൂപത്തിലുള്ള പണത്തിന്റെ ഉപയോഗം കൂടുതൽ മെച്ചമായ സാമ്പത്തിക പ്രവർത്തനങ്ങൾക്ക് ഊർജ്ജം പകരുകയും ചെയ്തു. ഗ്രാമീണജനങ്ങൾക്ക് നാഗരികതയുടെ യഥാർത്ഥനേട്ടങ്ങൾ ലഭ്യമാകുന്നതിന് ഇരുമ്പിന്റെ ഉപയോഗം കാരണമായി. വിലയധികമില്ലാത്ത ഇരുമ്പുപകരണങ്ങൾ ലഭിച്ചത് ചെറുകിട ഉൽപ്പാദകരെ പ്രഭുകുടുംബങ്ങളിൽ നിന്നും സ്റ്റേറ്റ് കുത്തകകളിൽ നിന്നും സ്വതന്ത്രരാക്കുകയായിരുന്നു. മണ്ണ് ഇളക്കിമറിക്കാനും വൃക്ഷങ്ങൾ മുറിച്ചു മാറ്റാനും ജലസേചനത്തിനാവശ്യമായ ചാലുകൾ കീറുന്നതിനും പുതിയ ലോഹോപകരണം കൂടുതൽ മെച്ചമായി ഉപയോഗിക്കാൻ കഴിഞ്ഞു. അതോടെ സ്വന്തമായി ഒരുതുണ്ടു ഭൂമി വെട്ടിത്തെളിച്ചെടുക്കണമെന്ന തോന്നൽ കർഷകരിലുണ്ടാക്കി. അവന് കൂടുതൽ ഉൽപ്പാദിപ്പിക്കാൻ കഴിയുകയും വ്യവസായങ്ങളുടെ കാര്യക്ഷമത വൻതോതിൽ വർദ്ധിക്കുകയും ചെയ്തു. കപ്പലുകളുടെയും മറ്റു വാഹനങ്ങളുടെയും ഗുണനിലവാരം ഉയരുകയും വസ്തുക്കളുടെ കടത്തുചെലവ് കുറയുകയും ചെയ്തു.

ഒരു സ്ഥലത്തുനിന്ന് മറ്റൊരു സ്ഥലത്തേക്ക് ജനങ്ങളുടെ കുടിയേറ്റം വ്യാപകമായത് ഇരുമ്പുയുഗത്തിലാണ്. നഗരങ്ങളുടെ വളർച്ച, കച്ചവടബന്ധങ്ങൾ, ഗതാഗത സൗകര്യങ്ങൾ എന്നിവ അതിന് വഴിയൊരുക്കിയിട്ടുണ്ട്. രാജ്യങ്ങളുടെ അതിർത്തികൾ കൃത്യമായി വേർതിരിക്കാത്തതിനാൽ കുടിയേറ്റവും സാംസ്കാരിക വ്യാപനവും എളുപ്പമായിരുന്നു. വിവിധ ഭാഗങ്ങളിൽനിന്ന് ഒരു പ്രത്യേക സ്ഥലത്ത് എത്തുന്നവർ

അവിടുത്തുകാരുമായി സമ്പർക്കത്തിലേർപ്പെടുകയും വിവിധ സംസ്കാരങ്ങൾ തമ്മിൽ പരസ്പരബന്ധം വളരുന്നതിന് അതിടയാക്കുകയും ചെയ്തു. ഇരുമ്പുയുഗത്തിലെ വൈദിക, ഗ്രീക്ക്, റോമ സംസ്കാരങ്ങൾ ഇങ്ങനെ കുടിയേറ്റക്കാരുടെ സാംസ്കാരിക വ്യാപനത്തിന്റെ ഭാഗമായി വളർന്നുവന്നവയാണ്.

ഗോത്രവർഗ്ഗ സ്വഭാവമാണ് ഇരുമ്പുയുഗ സംസ്കാരങ്ങൾക്ക് തുടക്കത്തിലുണ്ടായിരുന്നത്. ഗ്രാമങ്ങളെ കേന്ദ്രീകരിച്ച് ജീവിച്ചിരുന്ന ജനങ്ങൾ ക്രമേണ നഗര രാഷ്ട്രങ്ങളുടെ സ്വഭാവങ്ങൾ സ്വീകരിക്കാൻ തുടങ്ങി. ഗ്രാമങ്ങൾ ചേർന്ന് 'പോളിസ്' എന്ന പേരിൽ ഗ്രീക്കിൽ നഗര രാഷ്ട്രങ്ങളുണ്ടായപ്പോൾ ഇന്ത്യയിൽ ജനപദങ്ങൾ എന്നപേരിൽ നിശ്ചിത ഭൂപ്രദേശത്തെ അടിസ്ഥാനമാക്കി ഭരണയൂണിറ്റുകളുണ്ടായി. ഗോത്രങ്ങളോടും അതിന്റെ ഭരണാധികാരികളോടുമുണ്ടായിരുന്ന ആഭിമുഖ്യം ഇല്ലാതാവുകയും ഇതര ഗോത്രങ്ങളോടും അധിവസിച്ചിരുന്ന ഭൂപ്രദേശത്തോടും ആഭിമുഖ്യം വളരുകയും ചെയ്തതാണ് ജനപദങ്ങൾ എന്ന രാഷ്ട്രീയ–ഭരണ സംവിധാനത്തിന് വഴിയൊരുക്കിയത്. വ്യവസായം, വാണിജ്യം, കൃഷി, തത്ത്വചിന്ത, ശാസ്ത്രം, ചരിത്രം, സാഹിത്യം എന്നീ രംഗങ്ങളിൽ വൻതോതിൽ വളർച്ചയുണ്ടായ കാലഘട്ടം കൂടിയാണ് ഇരുമ്പുയുഗം. തത്ത്വചിന്തയുടെയും സാഹിത്യത്തിന്റെയും കാര്യത്തിൽ ഇന്ത്യയിലെ വൈദിക കൃതികളും ഗ്രീക്ക് സാഹിത്യകൃതികളും എടുത്തുപറയേണ്ടവയാണ്. ചരിത്രം, രാഷ്ട്രതന്ത്രം എന്നിവ ഒരു വിഷയമായി പഠനം തുടങ്ങിയത് ഗ്രീക്കുകാരും റോമാക്കാരുമായിരുന്നു. റോമിലെ ജസ്റ്റീനിയൻ നിയമസംഹിതയും ഗ്രീക്കുകാരുടെ ജ്യോതിശാസ്ത്രപഠനവും അതുപോലെ ശ്രദ്ധേയമാണ്.

ജനാധിപത്യത്തിന്റെ ആദിമരൂപങ്ങൾ എന്നു വിശേഷിപ്പിക്കാൻ കഴിയുന്ന ചില രീതികൾ ഇന്ത്യയിലും ഗ്രീക്കിലും നിലനിന്നിരുന്നു. ഋഗ്വേദ കാലഘട്ടത്തിലെ 'സഭ', 'സമിതി' എന്നീ ജനകീയ സമിതികൾക്ക് രാജാവിനെ നിയന്ത്രിക്കാൻ അധികാരമുണ്ടായിരുന്നതാണ്. എന്നാൽ പിൽക്കാല വേദയുഗത്തിലെ സാമൂഹ്യ സങ്കീർണ്ണതകൾ രാജാധികാരം വിപുലപ്പെടുത്തുകയും സമിതികളെ അപ്രധാനമാക്കുകയും ചെയ്യുകയാണുണ്ടായത്. എന്നാൽ ഗ്രീക്കിൽ കുറച്ചുകൂടെ മെച്ചമായ ജനാധിപത്യ പ്രവണതകളുണ്ടായിരുന്നു. അങ്ങനെയൊരു പ്രവണതയിലേക്കെത്തുന്നതിനുമുമ്പ് രാജവാഴ്ചയാണ് ഉണ്ടായിരുന്നത്. അതിനോടുള്ള എതിർപ്പ് വർധിച്ചപ്പോൾ ഭരണത്തിനതു വഴിമാറി. തുടർന്ന് സമ്പന്നരായ ഇടത്തരം പ്രഭുക്കന്മാർ ഭരണം കയ്യടക്കി. അവരുടെ ഭരണത്തിനെതിരായ ജനകീയ വികാരങ്ങൾക്ക് നേതൃത്വം കൊടുത്തിരുന്നവൻ കർഷകരുടെയും തൊഴിലാളികളുടെയും പിന്തുണയോടെ ഭരണം പിടിച്ചെടുത്തു. അതു ക്രമേണ ഏകാധിപത്യ സ്വഭാവം പ്രകടിപ്പിക്കാൻ തുടങ്ങി. തുടർന്ന് ജനങ്ങൾക്ക് പ്രാധാന്യമുള്ള ഭരണരീതിയിലേക്ക് ഗ്രീക്ക് ചുവടുമാറ്റുകയായിരുന്നു. ഗ്രീക്കുനഗര രാഷ്ട്രങ്ങളിൽ ഏറ്റവും പ്രധാന

പ്പെട്ട ഏതൻസിലാണ് അതിന്റെ മികച്ച ഉദാഹരണം കാണാൻ കഴിഞ്ഞത്. മജിസ്ട്രേറ്റുഭരണത്തിന്റെ സ്വഭാവം നിലനിന്നിരുന്ന കാലഘട്ടത്തിൽ സോളൻ എന്ന മജിസ്ട്രേറ്റ് കർശന നിയമങ്ങൾ (ബി സി 594-ൽ) പലതും റദ്ദുചെയ്യുകയുണ്ടായി. അടിമകളെ മോചിപ്പിച്ച അദ്ദേഹം കൈവശം വയ്ക്കാവുന്ന ഭൂമിക്ക് പരിധി നിശ്ചയിച്ചുകൊണ്ട് സമ്പത്തിന്റെ തുല്യമല്ലാത്ത വിതരണത്തെ ചെറുക്കാൻ വിപ്ലവകരമായ ശ്രമം നടത്തുകയുണ്ടായി. തുടർന്ന് പെരിക്ലീസ് ഭരണാധികാരിയായപ്പോൾ 'എക്ലീഷ്യ' എന്ന പൊതു അസംബ്ലിക്ക് വിപുലമായ ഭരണാധികാരങ്ങൾ നൽകുകയും ചെയ്തു. സ്ത്രീകൾക്ക് പൊതുജീവിതത്തിൽ വലിയ സ്ഥാനമൊന്നുമുണ്ടായിരുന്നില്ലെന്നത് പ്രധാനപ്പെട്ട ദോഷവശങ്ങളിലൊന്നായിരുന്നു.

സ്പാർട്ട എന്ന നഗരരാഷ്ട്രം ഒരു സൈനിക രാഷ്ട്രത്തിന്റെ സ്വഭാവം പുലർത്തിയിരുന്നുവെന്നത് മറ്റൊരു പ്രത്യേകതയാണ്. ഒരു നഗരരാഷ്ട്രം ജനാധിപത്യത്തിന്റെ മാതൃക സ്വീകരിക്കുമ്പോൾ മറ്റൊരു നഗരരാഷ്ട്രത്തിൽ നിർബന്ധിത സൈനികസേവനവും നികുതിയൊടുക്കലും ബാധകമാകുന്ന പരസ്പര വിരുദ്ധ കാഴ്ചയാണ് ഇരുമ്പുയുഗത്തിൽ ഗ്രീക്കിലുണ്ടായത്.

വർഗവിഭജനവും വിവേചനവും കൂടുതൽ ശക്തമാകുന്ന കാഴ്ചയാണ് ഇരുമ്പുയുഗം നൽകുന്നത്. ഇന്ത്യയിലെ വർണ്ണവ്യവസ്ഥ പിൽക്കാല വേദയുഗത്തോടെ താഴ്ന്ന ജാതിക്കാരന്റെ ജീവിക്കാനുള്ള അവകാശങ്ങളെ അങ്ങേയറ്റം ഹനിക്കുന്ന തരത്തിൽ ശക്തമാവുകയായിരുന്നു. ഗ്രീക്കിലെ അടിമപ്പണിയും റോമിൽ പിന്നീടുണ്ടായ നാലു തട്ടുകളുള്ള സാമൂഹ്യശ്രേണിയും വർഗ്ഗവിവേചനത്തിന്റെ തെളിവുകൾ തന്നെയാണ്. സമൂഹത്തിലെ ഉൽപ്പാദന-വിതരണ പ്രക്രിയയിൽ വർദ്ധിച്ചുകൊണ്ടിരുന്ന വർഗ്ഗവേർതിരിവ് സംഘർഷങ്ങൾക്ക് വഴിയൊരുക്കി. റോമിലെ ദേശീയ സമ്പത്തിന്റെ സിംഹഭാഗവും ഉൽപ്പാദിപ്പിച്ചുകൊണ്ടിരുന്ന അടിമകളെ വയലിലും തൊഴിൽശാലയിലും പലപ്പോഴും ചങ്ങലകൊണ്ടു ബന്ധിച്ചിരുന്നു. ഇത്തരം വിവേചനത്തിനെതിരെ അടിമകളുടെ സമരങ്ങൾ പലപ്പോഴും നടക്കുകയുണ്ടായി. ബി സി 73-ൽ സ്പാർട്ടക്കസിന്റെ നേതൃത്വത്തിൽ നടന്ന വിമോചന സമരം അതിൽ ഏറ്റവും പ്രധാനപ്പെട്ടതായിരുന്നു.

റോമൻ സമൂഹത്തിലെ രണ്ടു വിഭാഗങ്ങളായ പെട്രീഷ്യന്മാരും പ്ലീബിയന്മാരും തമ്മിലുള്ള സംഘർഷം തുറന്ന സമരത്തിലെത്തിച്ചേരുകയുണ്ടായി. 'സ്ട്രഗിൾ ഓഫ് ദി ഓർഡേഴ്സ്' എന്ന പേരിലറിയപ്പെട്ട ആ സമരത്തെ ലോകചരിത്രത്തിലെ ആദ്യ വർഗ്ഗസമരമെന്ന് വിശേഷിപ്പിക്കുന്നുണ്ട്. ഭൂവുടമകളും ഉന്നതകുലജാതരുമായ പെട്രീഷ്യന്മാർ റിപ്പബ്ലിക്കിന്റെ ഭരണസാരഥ്യം വഹിച്ചിരുന്നു. ഇടത്തരം കൃഷിക്കാർ, കരകൗശലപ്പണിക്കാർ, കച്ചവടക്കാർ തുടങ്ങിയവരുൾപ്പെട്ട പ്ലീബിയന്മാർക്ക് ഭരണ പങ്കാളിത്തം നൽകാതെ അമിത നികുതിയും വിവേചനപരമായ

ശിക്ഷാവിധികളും അടിച്ചേൽപ്പിക്കുകയായിരുന്നു. ഇതിനെതിരെ പ്ലീബിയൻ ജനത നടത്തിയ സമരം ഒടുവിൽ വിജയിക്കുകയും റിപ്പബ്ലിക്കിന്റെ ഭരണരീതിയിൽ മാറ്റങ്ങളുണ്ടാവുകയും ചെയ്തു.

ഇരുമ്പുയുഗത്തിലെ സാമൂഹ്യ–സാമ്പത്തിക പ്രവർത്തനങ്ങൾ വിലയിരുത്തുമ്പോൾ വർഗ്ഗസംഘർഷങ്ങളുടെ സാധ്യതകൾ നിലവിലുണ്ടായിരുന്നുവെന്ന് കാണാൻകഴിയും. അടിമകളായി വേർതിരിക്കപ്പെട്ടവർ ഉൽപ്പാദനമേഖലയിൽ കഠിനമായി പണിയെടുക്കുകയും ഭൂമിയുടെ ഉടമസ്ഥാവകാശമുണ്ടായിരുന്നവർ അവരെ ചൂഷണം ചെയ്യുകയും ചെയ്യുന്ന ചിത്രം നമുക്ക് മുന്നിലുണ്ട്. അടിച്ചമർത്തപ്പെട്ടവർ ചെറുത്തുനിൽപ്പിന്റെ പ്രതിഷേധ സമരങ്ങളിലേക്ക് തിരിഞ്ഞതിന് ഉദാഹരണങ്ങളുമുണ്ട്. പ്രസിദ്ധമായ സ്പാർട്ടക്കസ് കലാപവും 'സ്ട്രഗിൾ ഓഫ് ദി ഓർഡേഴ്സും' വ്യക്തമാക്കുന്നത് വർഗ്ഗപരമായി വിഭജിക്കപ്പെട്ട സമൂഹത്തിൽ സംഘർഷങ്ങളുടെയും സംഘട്ടനങ്ങളുടെയും ചരിത്രം ആരംഭിച്ചു കഴിഞ്ഞിരുന്നുവെന്നാണ്.

തത്ത്വചിന്തകളുടെ പ്രതിരോധം

ഇരുമ്പുയുഗത്തിന് മുമ്പ് മതവിശ്വാസങ്ങളും ദൈവാരാധനയും നിലവിലുണ്ടായിരുന്നെങ്കിലും അവയെല്ലാം ഓരോ സമൂഹങ്ങളുടെ പൊതുവായ ആചാരങ്ങളുടെ ഭാഗമായി വളർന്നു വന്നവയാണ്. വർഗ്ഗപരമായ വിവേചനം ജനങ്ങൾക്കിടയിൽ മതവിശ്വാസ സംബന്ധമായി കുറവായിരുന്നു. എന്നാൽ ഇരുമ്പുയുഗമാകുമ്പോഴേക്കും പല ആചാരങ്ങളും വിശ്വാസങ്ങളും സാമൂഹ്യ–ഭരണ വ്യവസ്ഥയുടെ ഭാഗമായി മാറി. വിവേചനത്തിന് അനുകൂല സാഹചര്യമൊരുക്കുന്ന ഉപാധികളിലൊന്നാവാൻ തുടങ്ങി. ഇന്ത്യയിലെ വർണ്ണ–ജാതി–വ്യവസ്ഥ ശക്തമാവുകയും ശൂദ്രരെന്ന് മുദ്രകുത്തപ്പെട്ടവർ അടിച്ചമർത്തൽ നേരിടേണ്ടി വരികയും ചെയ്തു. ഇതിനെതിരെയുള്ള ആത്മീയമായ പ്രതിരോധമായി വേണം ജൈനമതം, ബുദ്ധമതം എന്നിവയുടെ ആവിർഭാവത്തെ കാണേണ്ടത്. ആത്മീയതയുടെ കുത്തക അവകാശപ്പെട്ടിരുന്ന ബ്രാഹ്മണരല്ല, യുദ്ധം, ഭരണം എന്നീ ചുമതലകൾ നിർവഹിക്കണമെന്നു നിർദ്ദേശിക്കപ്പെട്ടിരുന്ന ക്ഷത്രിയ വിഭാഗത്തിൽ നിന്നാണ് ആത്മീയ പ്രതിരോധത്തിന്റെ പുതിയ ശബ്ദങ്ങൾ ഉയർന്നുവന്നത്. വർദ്ധമാന മഹാവീരനും ഗൗതമബുദ്ധനും സമൂഹത്തിൽ ഉച്ചനീചത്വം അനുഭവിച്ചിരുന്നവരുടെ ആത്മീയമോചനത്തിന് പുതിയ മാർഗ്ഗങ്ങൾ നിർദ്ദേശിച്ച് മുന്നോട്ടുവന്നു. അനാചാര ജഡിലമായ യാഗങ്ങൾക്കും മൃഗബലിക്കും പകരം അഹിംസ മുദ്രാവാക്യമായതോടെ കൃഷിയുടെ ആവശ്യത്തിനും ചരക്കുനീക്കത്തിനും മൃഗങ്ങളുടെ ആവശ്യകതയുണ്ടായിരുന്ന കർഷക–വ്യാപാര സമൂഹങ്ങൾ പുതിയ മതങ്ങളെ സ്വാഗതം ചെയ്യാൻ തയ്യാറായി. അങ്ങനെ ആത്മീയ പ്രതിരോധത്തിൽ പോലും വർഗ്ഗതാൽപ്പര്യങ്ങളുടെ സംരക്ഷണവും സാമ്പത്തിക പ്രവർത്തനങ്ങളുടെ ഗതിവിഗതികളും ഉൾച്ചേർന്നി

രിക്കുന്നുവെന്ന വസ്തുത നിഷേധിക്കാനാവില്ല.

ചൈനയിലും സമൂഹം കൂടുതൽ സങ്കീർണമായ ആചാരാനുഷ്ഠാനങ്ങളിലേക്ക് വഴുതി വീണുകൊണ്ടിരുന്നപ്പോഴാണ് ലാവോത്സെയും കൺഫ്യൂഷ്യസും തങ്ങളുടെ ലളിത മതചിന്തകളും രാഷ്ട്ര-ഭരണ സംബന്ധമായ തത്ത്വങ്ങളും മുന്നോട്ടുവെച്ചത്. താവോയിസം, കൺഫ്യൂഷനിസം എന്നീ ദർശനങ്ങൾ ചൈനക്കാർക്ക് പുതിയ ദിശാബോധം നൽകുകയായിരുന്നു. അതുപോലെ യഹൂദരെ അന്ധവിശ്വാസങ്ങളിൽനിന്ന് മോചിപ്പിച്ച് ഏകദൈവ വിശ്വാസത്തിലേക്ക് നയിച്ച മോശ ജൂതമതം സ്ഥാപിച്ചത് രാഷ്ട്രീയ ഐക്യം കൂടി നേടിയെടുക്കണമെന്ന ഉദ്ദേശ്യത്തോടെയാണ്. യഹൂദന്മാരുടെ ആദ്യ രാജവംശം സ്ഥാപിച്ചതിനു ശേഷം ആ സമൂഹത്തിനുള്ളിൽ വളർന്നുവന്ന തെറ്റായ വ്യവസ്ഥകളോടുള്ള എതിർപ്പെന്ന നിലയിലാണ് ക്രിസ്തുമതം സ്ഥാപിക്കപ്പെട്ടത്. യഹൂദമതത്തിലെ ദുരാചാരങ്ങളെയും ചൂഷണ വ്യവസ്ഥിതിയെയും നിശിതമായി വിമർശിച്ചുകൊണ്ടാണ് യേശു ദൈവരാജ്യത്തിൽ അടിമയും യജമാനനും ഒന്നുപോലെയാണെന്ന സമത്വചിന്ത പ്രചരിപ്പിച്ചത്. അജ്ഞതയിലും അന്ധവിശ്വാസത്തിലും ആണ്ടുകിടന്ന അറബികൾക്ക് അനാചാരങ്ങൾ ഒഴിവാക്കി മുന്നോട്ടു വരാനുള്ള പാതയൊരുക്കുകയാണ് മുഹമ്മദ് നബി ചെയ്തത്. ഗോത്രങ്ങളായി പരസ്പരം പോരടിച്ചുകൊണ്ടിരുന്ന ജനവിഭാഗങ്ങളെ ഒന്നിപ്പിച്ച അദ്ദേഹം ദൈവത്തിനു മുന്നിൽ എല്ലാവരും തുല്യരാണെന്ന കാഴ്ചപ്പാട് പ്രചരിപ്പിക്കുകയും ചെയ്തു.

വില്യം III രാജാവിന്റെ വെങ്കലപ്രതിമ

ഇരുമ്പുയുഗമാരംഭിച്ചതിനുശേഷം ആവിർഭവിച്ച ആത്മീയ-തത്ത്വചിന്തകളുടെ അടിത്തറയും നിലവിലുണ്ടായിരുന്ന വ്യവസ്ഥിതികളോടുള്ള എതിർപ്പാണെന്നത് വ്യക്തമാണ്. വർഗ്ഗപരമായി അടിച്ചമർത്തപ്പെട്ടവരുടെ വികാരങ്ങൾ ഉൾക്കൊണ്ടാണ് തത്ത്വചിന്തകർ പ്രവർത്തിച്ചിരുന്നത്. വെങ്കലയുഗത്തിന്റെ അവസാനഘട്ടം മുതൽ മതാചാരങ്ങളിൽ അറിയപ്പെടാത്ത പുരോഹിതന്മാരും ഉദ്യോഗസ്ഥന്മാരും തിരുകിക്കയറ്റിയ ആശയ സംഹിതകളെ ഇരുമ്പുയുഗത്തിലെ സാമൂഹ്യ

ഇംഗ്ലണ്ടിലെ പ്രഭുഭവനം

പ്രക്ഷുബ്ധത ആക്രമണ വിധേയമാക്കി എന്നതാണ് വസ്തുത.

വലിയ സാമ്രാജ്യങ്ങളും ചക്രവർത്തിമാരും രംഗത്തു വരുന്നതും ഇരുമ്പുയുഗത്തിലായിരുന്നു. റോമിലെ സീസർമാരും മാസിഡോണയിലെ അലക്സാണ്ടറും ഇന്ത്യയിലെ മൗര്യന്മാരും സാമ്രാജ്യങ്ങൾ സ്ഥാപിച്ച് വിപുലമായ പ്രദേശങ്ങളെ രാഷ്ട്രീയ ഐക്യത്തിനു കീഴിൽ കൊണ്ടുവന്നു എന്നത് സത്യമാണ്. ഭരണതലത്തിൽ നിന്നു വീക്ഷിക്കുമ്പോൾ ശക്തമായ ഭരണസംവിധാനം ഒരുക്കി രാജ്യങ്ങളിൽ പുരോഗതിയുടെ വഴിതെളിക്കാൻ അവർക്കു കഴിയുകയും ചെയ്തു. എന്നാൽ അധികാരത്തിന്റെയും സമ്പത്തിന്റെയും കേന്ദ്രീകരണം കൂടുതലാവുകയും വർഗ്ഗവേർതിരിവുകൾ കൂടുതൽ സങ്കീർണ്ണമായ സാമൂഹ്യ ചുറ്റുപാടുകൾക്ക് വഴിയൊരുക്കുകയും ചെയ്തുവെന്നത് അതിന്റെ മറ്റൊരു വശമാണ്. ആദ്യഘട്ടങ്ങൾക്കു ശേഷം സാമ്രാജ്യങ്ങൾക്ക് തങ്ങളുടെ പഴയ പ്രതാപം നിലനിർത്തി മുന്നോട്ടുപോകാൻ കഴിയാതിരുന്നതും പ്രാദേശിക ഭരണാധികാരികളുടെ ആവിർഭാവത്തിന് വഴിയൊരുക്കിയതും സമൂഹത്തിലെ വർഗ്ഗസംഘർഷങ്ങളുടെ കൂടി ഫലമായിട്ടാണ്. റോമാസാമ്രാജ്യത്തിലാകട്ടെ അവസാനം കാർഷിക മേഖലയിൽ കൂടുതൽ പ്രതിസന്ധികളുണ്ടായി. നാമമാത്രമായ ഭക്ഷണവും കീറത്തുണികളും മാത്രം ലഭിച്ചിരുന്ന അടിമകളുടെ അധ്വാനശേഷി കൊണ്ടുണ്ടാകുന്ന ഉൽപ്പാദനമിച്ചം കൊണ്ട് ഭൂവുടമകൾ സുഖലോലുപരായി കഴിയുകയായിരുന്നു. ഇതിനെതിരെ കലാപത്തിനിറങ്ങിയ അടിമകൾ ഉൽപ്പാദനം കുറയ്ക്കുകയും തുടർന്ന് ഉടമകളുടെ നില പരുങ്ങലിലാവുകയും ചെയ്തു. അടിമകൾക്ക് ചില ആനുകൂല്യങ്ങൾ അനുവദിക്കാൻ പിന്നീട് അവർ തയ്യാറായി. കൈവശ ഭൂമിയിൽ കുറച്ചുഭാഗം ദാനമായി നൽകി അവിടെ കുടിൽകെട്ടി കുടുംബമായി താമസിക്കാൻ അടിമകളെ അനുവദിച്ചു. നഗരങ്ങളിലെ ഭൂവുടമകൾ അടിമകളെ ചെറിയ തൊഴിൽശാലകൾ സ്ഥാപിച്ച് അവിടെ ഉൽപ്പാദനം നടത്തി ഉൽപ്പന്നങ്ങൾ വിൽക്കുവാൻ അനുവദിച്ചു. എന്നാൽ അടിമകൾ നടത്തിയ കലാപത്തിന്റെ തീവ്രത റോമാ സാമ്രാജ്യത്തെ തകർച്ചയിലേക്ക് നയിക്കുകയാണ് ചെയ്തത്.

ഫ്യൂഡലിസത്തിന്റെ വർഗ്ഗപ്രവണതകൾ

റോമാസാമ്രാജ്യത്തിന്റെ തകർച്ചയ്ക്കു ശേഷം മധ്യകാലഘട്ടമായപ്പോഴേക്കും യൂറോപ്പിൽ പുതിയൊരു സാമൂഹ്യവ്യവസ്ഥ വളർന്നുവന്നു. ഫ്യൂഡലിസമെന്ന പേരിൽ അറിയപ്പെടാൻ തുടങ്ങിയ ആ വ്യവസ്ഥിതിയിൽ വർഗ്ഗസംഘർഷത്തിന്റെ വ്യാപ്തി വർധിക്കുകയായിരുന്നു. ലോകമെമ്പാടും ഭൂമി, ഭൂവുടമ, പ്രഭുക്കന്മാർ, കർഷകർ എന്നീ ഘടകങ്ങളുടെ പരസ്പര ബന്ധത്തെ വിശകലനം ചെയ്യുന്നിടത്തെല്ലാം 'ഫ്യൂഡലിസ'മെന്ന പദം ഒഴിച്ചുനിർത്താനാവാതെ വന്നു. ആ വ്യവസ്ഥിതിയിൽ രാജ്യത്തെ ഭൂമിയുടെ മൊത്തം അവകാശി രാജാവായിരുന്നു. ഗ്രാമകേന്ദ്രീകൃതമായ, കൃഷിയെ അടിസ്ഥാനമാക്കിയുള്ള സാമ്പത്തിക പ്രവർത്തനങ്ങളാണ് ഫ്യൂഡലിസത്തിൽ നിലനിന്നത്. രാജാവ് തന്റെ കൈവശഭൂമി മുഖ്യപ്രഭുക്കന്മാർക്കും മുഖ്യ പ്രഭുക്കന്മാർ ഇടപ്രഭുക്കന്മാർക്കും അവർ പ്രഭുക്കന്മാർക്കും നൽകി. യഥാർത്ഥ കൃഷിക്കാരായ അടിയാന്മാർക്ക് പ്രഭുക്കന്മാരിൽ നിന്നാണ് ഭൂമി ലഭിച്ചിരുന്നത്. അതിനു പകരം അടിയാന്മാർ പ്രഭുവിന് പാട്ടം നൽകണം. എന്നാൽ അടിയാന്മാർ മാത്രമാണ് കൃഷിഭൂമിയിൽ പണിയെടുത്ത് ഉൽപ്പന്നങ്ങളുണ്ടാക്കിയിരുന്നത്. അവരുടെ അധ്വാനഫലമാണ് പല തട്ടുകളിലുള്ള പ്രഭുക്കന്മാരും രാജാവും പങ്കിട്ടെടുത്തിരുന്നത്. ഇത്തരമൊരു വ്യവസ്ഥിതി നിലനിർത്തുന്നതിന് പള്ളിയും ഭരണകൂടവും പരസ്പര പൂരകമായി പ്രവർത്തിച്ചിരുന്നുവെന്നതും ശ്രദ്ധേയമാണ്.

ശാസ്ത്രം ചരിത്രത്തിൽ എന്ന കൃതിയിൽ ജെ ഡി ബർണൽ ഇപ്രകാരം പറയുന്നു: "മധ്യകാലങ്ങളിലുടനീളം സാമ്പത്തിക അടിത്തറയായി വർത്തിച്ചിരുന്നത് നാടുവാഴിത്തമാണ്. അതിന്റെ ബുദ്ധിപരവും ഭരണപരവുമായ വശത്തെ പ്രതിനിധാനം ചെയ്തിരുന്നത് പള്ളിയും... പള്ളി ഒരിക്കലും നാടുവാഴിത്തത്തിനെതിരായി നിന്നിട്ടില്ല. മാത്രമല്ല നാടുവാഴിത്തത്തിന്റെ ഒരവശ്യഘടകം പോലെയാണ് അതു പ്രവർത്തിച്ചു പോന്നതും...".

നാടുവാഴിത്തത്തിനെതിരെ ചെറുത്തുനിൽപ്പ് വേണമെങ്കിൽ പള്ളി പിന്തുടരുന്ന വ്യവസ്ഥിതിക്കെതിരെയും അതുണ്ടാവേണ്ടിയിരുന്നു. മതനവീകരണം (reformation) പള്ളിയുടെ പ്രവർത്തനങ്ങളെ നേരായ വഴിയിലേക്ക് കൊണ്ടുവരാൻ ശ്രമിച്ചത് അതിന്റെ വെളിച്ചത്തിൽവേണം മനസ്സിലാക്കാൻ. നാടുവാഴിത്ത പ്രവണതകളെ അടിച്ചമർത്തിക്കൊണ്ട് യൂറോപ്പിൽ ശക്തമായ രാജവാഴ്ച സ്ഥാപിക്കപ്പെടുകയുണ്ടായി. ദേശരാഷ്ട്രങ്ങളുടെ (nation states) ആവിർഭാവം നാടുവാഴിത്തത്തിലധിഷ്ഠിതമായ ഫ്യൂഡലിസത്തെ ദുർബലമാക്കുകയും ചെയ്തു.

ഇന്ത്യയിലാകട്ടെ മൗര്യരാജവംശം മുതലുള്ള ഭരണകൂടങ്ങളെല്ലാം പൊതുവെ ചാതുർവർണ്യത്തിലധിഷ്ഠിതമായ ജാതീയ ഘടനയെ നിലനിർത്തുന്ന രീതിയിലാണ് പ്രവർത്തിച്ചിരുന്നത്. രാജകൊട്ടാരങ്ങളിലും ക്ഷേത്രങ്ങളിലുമായി സമ്പത്ത് കേന്ദ്രീകരിക്കുന്ന പ്രവണതയുമു

ണ്ടായി. ദേവസ്വം ഭൂമിയെന്നും ബ്രഹ്മസ്വം ഭൂമിയെന്നും വിശേഷിപ്പിക്കപ്പെട്ട ഭൂമിയുടെ ഉടമസ്ഥത ഫലത്തിൽ ബ്രാഹ്മണർക്കായി മാറുകയും കുടിയാന്മാരെ അടിച്ചമർത്തുകയും ചൂഷണം ചെയ്യുകയും ചെയ്യുന്ന വ്യവസ്ഥിതി ശക്തമായി തുടരുകയും ചെയ്തു. രാജാവും പുരോഹിതന്മാരും ഉയർന്ന ഉദ്യോഗസ്ഥന്മാരും സുഖസമൃദ്ധിയിൽ ജീവിച്ചപ്പോൾ കൃഷിക്കാരും പരമ്പരാഗത കൈത്തൊഴിലുകാരും അവശതയനുഭവിക്കേണ്ടി വന്നു. വിദേശ ആക്രമണങ്ങൾ പലതും കൊട്ടാരങ്ങളെയും ക്ഷേത്രങ്ങളെയും കേന്ദ്രീകരിച്ചു നടന്നതുതന്നെ അവിടങ്ങളിലെ അളവറ്റ സമ്പത്ത് കൈക്കലാക്കുന്നതിനു വേണ്ടിയായിരുന്നു. മധ്യകാലഘട്ടങ്ങളിൽ വർഗ്ഗവേർതിരിവിന്റെയും സംഘർഷങ്ങളുടെയും വ്യാപ്തി വർധിപ്പിക്കുന്നതിൽ ഭരണകൂടങ്ങൾക്കൊപ്പം പുരോഹിതന്മാർക്കും മതസ്ഥാപനങ്ങൾക്കും പങ്കുണ്ടായിരുന്നുവെന്നത് സുവ്യക്തമാണ്.

ഫ്യൂഡലിസത്തിന്റെ ഉൽപ്പാദന വ്യവസ്ഥിതി തകർന്നതിനു ശേഷം മുതലാളിത്തത്തിന്റെ പാതയൊരുങ്ങി. ആദ്യം വ്യാപാര മുതലാളിത്തമായിരുന്നു വളർന്നത്. അതിനെത്തുടർന്ന് വ്യാവസായിക മുതലാളിത്തത്തിന്റെ കാലഘട്ടം നിലവിൽ വന്നു.

6

ആധുനിക സമൂഹത്തിലേക്ക്

യൂറോപ്പിൽ ദേശരാഷ്ട്രങ്ങളുടെ രൂപീകരണത്തിനു ശേഷം ശാസ്ത്ര–വ്യാവസായിക മേഖലയിലുണ്ടായ വളർച്ച ഇംഗ്ലണ്ടിൽ വ്യവസായ വിപ്ലവത്തിന് വഴിയൊരുക്കി. മനുഷ്യനിർമ്മിത ഉൽപ്പന്നങ്ങളുടെ സ്ഥാനത്ത് യന്ത്രവൽകൃത ഉൽപ്പന്നങ്ങൾ വന്നത് ഉൽപ്പാദനക്ഷമത വർദ്ധിപ്പിക്കുകയും സമയലാഭം ഉണ്ടാവുകയും ചെയ്തു. അതേസമയം ലോകത്തെ രാഷ്ട്രീയ–സാമ്പത്തിക ക്രമങ്ങളിൽ ദൂരവ്യാപകമായ ഫലങ്ങളാണ് അതോടുകൂടിയുണ്ടായത്. വ്യവസായ സംരംഭങ്ങളുടെ ഉടമസ്ഥരായ മുതലാളിവർഗ്ഗത്തിന്റെ ചൂഷണത്തിന് വിധേയരാകുന്ന പുതിയൊരു തൊഴിലാളിവർഗ്ഗം വ്യവസായ വിപ്ലവത്തിന്റെ ഫലമായുണ്ടായി. ഫാക്ടറിയിൽ പണിയെടുക്കുന്ന തൊഴിലാളിയുടെ അധ്വാനശേഷിയെ പ്രധാന മൂലധനമാക്കിക്കൊണ്ട് മുതലാളി വൻതോതിൽ ലാഭമുണ്ടാക്കാൻ തുടങ്ങി. തൊഴിലാളിക്ക് ന്യായമായ കൂലിയോ വിശ്രമസമയമോ അനുവദിക്കപ്പെട്ടില്ല. വ്യവസായശാലകളാരംഭിച്ച രാജ്യങ്ങൾക്കുള്ളിൽ ഈ പ്രവണത തുടരുമ്പോൾതന്നെ യൂറോപ്യൻ രാജ്യങ്ങൾ ഉൽപ്പാദനത്തിനാവശ്യമായ അസംസ്കൃതവസ്തുക്കൾ ശേഖരിക്കുന്നതിനും മിച്ചോൽപ്പാദനം വിറ്റഴിക്കുന്നതിനുമുള്ള കിടമത്സരത്തിലായിരുന്നു. ലോകത്തെമ്പാടും കോളനിരാജ്യങ്ങൾ നേടിയെടുക്കാൻ അവർ മത്സരിച്ചു. മറ്റു രാജ്യങ്ങളുടെ രാഷ്ട്രീയവും സാമ്പത്തികവുമായ അധികാരങ്ങളെ കവർന്നെടുത്തുകൊണ്ടാണ് യൂറോപ്പിലെ പ്രധാന രാജ്യങ്ങൾ അവയെ കോളനികളാക്കി മാറ്റിയത്. ഇങ്ങനെ വളർന്ന സാമ്രാജ്യത്വത്തിനെതിരെ പോരാടാൻ കോളനി രാജ്യങ്ങൾക്കുള്ളിൽ ശ്രമങ്ങൾ നടന്നു

പത്തൊമ്പത്താം നൂറ്റാണ്ടിലെ വ്യാവസായിക നഗരം

കൊണ്ടിരുന്നപ്പോൾതന്നെ കോളനികൾക്കു വേണ്ടിയുള്ള യൂറോപ്യൻ രാജ്യങ്ങളുടെ കിടമത്സരം ഒരു ലോകയുദ്ധത്തിലേക്ക് നയിക്കുകയുണ്ടായി. സാമ്രാജ്യത്വ യുദ്ധമെന്ന് അതിനെ വിശേഷിപ്പിക്കുന്നത് അതുകൊണ്ടാണ്.

വ്യാവസായിക മുതലാളിത്തത്തിന്റെ വ്യാപനത്തോടെ അതിനെതിരെയുള്ള പ്രതിരോധപ്രവർത്തനങ്ങളും ആരംഭിച്ചിരുന്നു. പത്തൊൻപതാം നൂറ്റാണ്ടിന്റെ ആരംഭം മുതൽ അത്തരമൊരു പ്രസ്ഥാനം പ്രവർത്തിച്ചിരുന്നു. 1830കളോടെ തൊഴിലാളികൾ സമരങ്ങളും സായുധകലാപങ്ങളും ആരംഭിക്കുകയുണ്ടായി. തങ്ങളുടെ ആവശ്യങ്ങളും അവകാശങ്ങളും സ്ഥാപിച്ചെടുക്കുന്നതിന് തൊഴിലാളികൾ ചില സംഘടനകളും രൂപീകരിക്കുകയുണ്ടായി. അതിലൊരു സംഘടന 1847-ൽ കമ്യൂണിസ്റ്റ് ലീഗ് എന്ന പേരു സ്വീകരിക്കുകയും അതിന് അന്തർദേശീയ സ്വഭാവം കൈവരികയും ചെയ്തു. 1848-ൽ കാൾമാർക്സും ഫ്രെഡറിക് ഏംഗൽസും ചേർന്ന് *കമ്യൂണിസ്റ്റ് മാനിഫെസ്റ്റോ* പ്രസിദ്ധീകരിച്ചത് ലോകത്തെമ്പാടുമുള്ള തൊഴിലാളിവർഗ്ഗ പ്രസ്ഥാനങ്ങളെ സ്വാധീനിക്കുകയുണ്ടായി. പത്തൊമ്പതാം നൂറ്റാണ്ടിന്റെ രണ്ടാംപകുതിയിൽ മിക്കവാറും വ്യാവസായിക രാഷ്ട്രങ്ങളിൽ തൊഴിലാളിപ്രസ്ഥാനങ്ങൾ രൂപീകൃതമാവുകയും ചെയ്തു.

ഈ തൊഴിലാളിപ്രസ്ഥാനങ്ങൾ 1864-ലെ ഒന്നാം ഇന്റർനാഷണൽ രൂപീകരിക്കുന്നതിന് വഴിയൊരുക്കി. ആ വർഷം ലണ്ടനിൽ നടന്ന 'ഇന്റർ നാഷണൽ വർക്കിംഗ് മെൻസ് അസോസിയേഷൻ' എന്ന ആദ്യത്തെ ഔദ്യോഗിക യോഗത്തിൽ കാൾമാർക്സ് പ്രധാന പങ്കുവഹിക്കുകയുണ്ടായി. എല്ലാ വർഗ്ഗഭരണങ്ങളെയും അവസാനിപ്പിക്കണമെന്നും വർഗ്ഗസമരത്തിലൂടെ തൊഴിലാളിവർഗ്ഗത്തിന്റെ മോചനം

അവർതന്നെ നേടിയെടുക്കണമെന്നും മാർക്സ് ഉദ്ബോധിപ്പിക്കുകയുണ്ടായി. വിവിധ രാജ്യങ്ങളിലെ സർക്കാരുകൾ എതിരായ നിലപാട് സ്വീകരിച്ചതുകൊണ്ട് ഒന്നാം ഇന്റർനാഷണലിന് കാര്യമായ ഫലമുണ്ടാക്കാൻ കഴിഞ്ഞില്ല. എങ്കിലും ലോകത്തെങ്ങുമുള്ള തൊഴിലാളികൾക്കിടയിൽ ഐക്യബോധമുണ്ടാക്കുന്നതിൽ അതു വിജയിക്കുകയുണ്ടായി. തൊഴിലാളികൾ പ്രധാന പങ്ക് വഹിച്ച ഒരു പോരാട്ടത്തിൽ 1871–ൽ പാരീസ് കമ്യൂൺ രൂപീകരിച്ചത് എടുത്തുപറയേണ്ട വസ്തുതയാണ്. സ്ഥിതി സമത്വത്തിന്റെ നടപ്പിലാകൽ സൂചന നൽകിയ ആ വിജയത്തെ അടിച്ചമർത്തിയെങ്കിലും ക്രമേണ യൂറോപ്പിന്റെ മറ്റു ഭാഗങ്ങളിൽ ഇന്റർനാഷണലിന്റെ പ്രവർത്തനങ്ങൾ ശക്തമാകാൻ തുടങ്ങി.

തൊഴിലാളി യൂണിയനുകളും സോഷ്യലിസ്റ്റ് പാർട്ടികളും ഒരു കുടക്കീഴിൽ വരണമെന്ന ഉദ്ദേശ്യത്തോടെ 1889–ൽ പാരീസിൽ രണ്ടാം ഇന്റർനാഷണൽ വിളിച്ചുകൂട്ടി. തൊഴിലാളിക്ക് എട്ടുമണിക്കൂർ പ്രവൃത്തി സമയമായി നിശ്ചയിക്കണമെന്നും എല്ലാ വർഷവും മെയ് ഒന്ന് ഐക്യത്തിന്റെയും ശക്തിയുടെയും പ്രതീകമായി തൊഴിലാളിദിനം ആചരിക്കാനും അതിൽ തീരുമാനിച്ചു. അതുപ്രകാരം 1890 മേയ് ഒന്നിന് യൂറോപ്പിലെയും അമേരിക്കയിലെയും ലക്ഷക്കണക്കിന് തൊഴിലാളികൾ പണിമുടക്കുകയും വൻപ്രകടനങ്ങൾ നടത്തുകയും ചെയ്തു. ആ ദിവസം തെരഞ്ഞെടുക്കാൻ കാരണമുണ്ടായിരുന്നു. 1886 മെയ് ഒന്നിന് തൊഴിലാളികളുടെ അവകാശങ്ങൾക്കുവേണ്ടി അമേരിക്കയിലെ ചിക്കാഗോയിൽ

അമേരിക്കയിലെ ആദിമനിവാസികൾ
(ആദിമ നിവാസികളെ ഉന്മൂലനം ചെയ്തുകൊണ്ടാണ് വടക്കേ അമേരിക്കയിലെ വെള്ളക്കാർ അവരുടെ സംസ്കാരം വികസിപ്പിച്ചെടുത്തത്)

രണ്ടാംലോകമഹായുദ്ധത്തിൽ തകർന്ന ഡ്രസ്ഡൻ നഗരം

നടന്ന പ്രകടനത്തിനുനേരെ പോലീസ് വെടിവെക്കുകയും നാല് തൊഴിലാളികൾ മരിക്കുകയും ചെയ്തിരുന്നു. അതിന്റെ ഓർമ്മയ്ക്ക് മെയ് ഒന്ന് തൊഴിലാളിദിനമായി അംഗീകരിക്കപ്പെട്ടതാണ്. രണ്ടാം ഇന്റർനാഷണൽ സൈനികവൽക്കരണത്തിനും യുദ്ധത്തിനുമെതിരെ ശക്തമായ പ്രചാരണം നടത്തുകയും എല്ലാ വിഭാഗം ജനങ്ങൾക്കും സമത്വവും സ്വാതന്ത്ര്യവുമെന്ന ആശയം ഉയർത്തിപ്പിടിക്കുകയും ചെയ്തു. ദേശീയ സ്വാതന്ത്ര്യത്തിന് എല്ലാ രാജ്യങ്ങൾക്കും അവകാശമുണ്ടെന്ന് പ്രഖ്യാപിച്ചുകൊണ്ട് കോളനിവാഴ്ചക്കെതിരെ നിലപാടെടുക്കുകയും ചെയ്തു.

കോളനികൾക്കുവേണ്ടിയുള്ള മത്സരം ഒന്നാം ലോകയുദ്ധമെന്ന സാമ്രാജ്യത്വ യുദ്ധത്തിലേക്ക് നയിച്ചുവെന്ന് നേരത്തെ സൂചിപ്പിച്ചതാണല്ലോ. ആ യുദ്ധം ആരംഭിച്ചതോടെ രണ്ടാം ഇന്റർനാഷണലിന്റെ പ്രവർത്തനങ്ങൾ ദുർബലമായി. ഒന്നാംലോകയുദ്ധവും അതിനിടയിൽ നടന്ന വിജയകരമായ ആദ്യത്തെ കമ്യൂണിസ്റ്റ് (റഷ്യൻ) വിപ്ലവവും വളരെയേറെ വിശകലനമർഹിക്കുന്നവയാണ്. സംഘടിത തൊഴിലാളിവർഗ്ഗത്തിന്റെ ഭരണകൂടം വിപ്ലവത്തിലൂടെ റഷ്യയിൽ അധികാരത്തിലെത്തിയത് ദൂരവ്യാപകമായ ഫലങ്ങളുണ്ടാക്കുകയുണ്ടായി. ലോകത്തെമ്പാടും വിമോചന പ്രസ്ഥാനങ്ങൾക്ക് അത് ആവേശമായി മാറുകയും ചെയ്

തു. നവീനശിലായുഗത്തിന് ശേഷം വിവിധ ഘട്ടങ്ങളിൽ വർഗ്ഗസമൂഹങ്ങൾ രൂപീകരിക്കപ്പെട്ടതിനെക്കുറിച്ചും അവ സമൂഹത്തിലുണ്ടാക്കിയ സംഘർഷങ്ങളെയും ചെറുത്തുനിൽപ്പുകളെയും കുറിച്ചുമാണ് ഈ അധ്യായത്തിൽ സൂചിപ്പിക്കാൻ ശ്രമിച്ചിട്ടുള്ളത്. വ്യാവസായിക മുതലാളിത്തത്തിനെതിരെ തൊഴിലാളിവർഗ്ഗം സമരത്തിനിറങ്ങുന്ന ഘട്ടംവരെയുള്ള സമൂഹപരിണാമം നാം കണ്ടുകഴിഞ്ഞു.

സാമ്രാജ്യത്വയുദ്ധം, റഷ്യൻ വിപ്ലവം, ഫാസിസത്തിന്റെ വളർച്ച, രണ്ടാംലോകയുദ്ധം, സോഷ്യലിസ്റ്റ്ചേരിയുടെ വ്യാപനം, അമേരിക്കയുടെ സാമ്രാജ്യത്വ പ്രവണതകൾ എന്നിവയെല്ലാം അതിനെത്തുടർന്നുണ്ടായ സംഭവവികാസങ്ങളാണ്. അവയെക്കുറിച്ചുള്ള വിശകലനങ്ങൾക്ക് പരിമിതിയുള്ളതിനാലും ഈ അധ്യായത്തിൽ പ്രസക്തമല്ലാത്തതിനാലും ഒഴിവാക്കുകയാണ്.

ഇപ്പോൾ നവകൊളോണിയലിസത്തിന്റെ കാലമാണ്. ആഗോളവൽക്കരണത്തിന്റെയും ഉദാരവൽക്കരണത്തിന്റെയും ലേബലിൽ മുതലാളിത്തം ചൂഷണത്തിനു തന്നെയാണ് ശ്രമിക്കുന്നത്. വികസ്വര രാഷ്ട്രങ്ങളുടെ ഭരണ–സാമ്പത്തിക പ്രവർത്തനങ്ങളിൽ അവർ നേരിട്ടിടപെടുന്നില്ല. അതാതു രാജ്യങ്ങളിലെ ഭരണകൂടങ്ങളെക്കൊണ്ടുതന്നെ അന്തർദേശീയ മുതലാളിത്തത്തിന്റെയും അതിന് നേതൃത്വം കൊടുക്കുന്ന അമേരിക്കയുടെയും നയങ്ങൾ നടപ്പിലാക്കാൻ ശ്രമിക്കുന്നു. ലോകബാങ്കിന്റെയും അന്തർദേശീയ നാണയനിധിയുടെയും പല ഉടമ്പടികളും അത്തരം നയങ്ങൾ നടപ്പിലാക്കാൻ ബന്ധപ്പെട്ട രാജ്യങ്ങളെ നിർബന്ധിതരാക്കുന്നു. ഓരോ രാജ്യത്തിലെയും ബഡ്ജറ്റ് നിർദ്ദേശങ്ങൾ പോലും അന്താരാഷ്ട്രക്കരാറുകൾക്ക് അനുസൃതമാകണമെന്ന് നിർബന്ധിക്കപ്പെടുന്നു. വികസ്വര രാഷ്ട്രങ്ങളിലെ മുതലാളിത്തത്തിന് അവരോട് കൈകോർക്കാൻ മടിയില്ല. അപ്പോഴും ചൂഷണം ചെയ്യപ്പെടുന്നത് സാധാരണക്കാരും തൊഴിലാളികളുമാണ്. നവകൊളോണിയലിസത്തിന്റെ അജണ്ടയുടെ വർഗ്ഗപരമായ താൽപ്പര്യങ്ങൾ തിരിച്ചറിയുകയും അവയെ പ്രതിരോധിക്കുകയും ചെയ്യേണ്ടത് മനുഷ്യന്റെ ചരിത്രപരമായ നിലനിൽപ്പിനും സമത്വത്തിനും അനിവാര്യമായിരിക്കുന്നു.

ആകാശങ്ങൾ കീഴടക്കുന്ന മനുഷ്യൻ

അനുബന്ധം

മനുഷ്യൻ തന്റെ അദ്ധ്വാനശേഷിയും ബുദ്ധിയും പ്രയോജനപ്പെടുത്താൻ തുടങ്ങിയ കാലംമുതൽ ഉൽപ്പാദിപ്പിക്കുന്നവയിൽ നല്ലൊരുപങ്ക് ആയുധങ്ങളായിരുന്നു. ആദ്യഘട്ടങ്ങളിൽ പ്രകൃതിയോടും ക്രൂരജന്തുക്കളോടും മല്ലടിക്കുന്നതിനുവേണ്ടി ആയുധങ്ങൾക്കാണ് പ്രാധാന്യം നൽകിയത്. അവന്റെ നിലനിൽപ്പിനും മുന്നോട്ടുപോക്കിനും അവ അനിവാര്യമായിരുന്നു. പിന്നീട് ആയുധങ്ങൾ എതിർചേരിയിലെ മനുഷ്യർക്കുനേരെ പ്രയോഗിക്കാനായി തയ്യാറാക്കപ്പെട്ടു. താരതമ്യേന വികസിത സമൂഹമെന്ന നിലയിൽ എത്തിയശേഷം മനുഷ്യർക്കിടയിൽ ആയിരക്കണക്കിന് യുദ്ധങ്ങൾ പല ഘട്ടങ്ങളിലായി നടന്നു. പലവിധത്തിലുള്ള ആയുധങ്ങൾ അതിനുവേണ്ടി ഉപയോഗിച്ചിട്ടുണ്ട്. ഗവേഷണങ്ങൾ–ഏറ്റവും കൂടുതൽ നടക്കുന്ന മേഖലകളിലൊന്ന് അത്യാധുനിക ആയുധനിർമ്മാണമാണ്. സ്വന്തം വർഗ്ഗത്തെ എത്രയോ തവണ ഉന്മൂലനം ചെയ്യാനുള്ള മാരകായുധങ്ങളുമായി കഴി

നമുക്കിനി നമ്മുടെ
വാളുകൾ
ഉരുക്കി കലപ്പകൾ
പണിയാം

യു എൻ ആസ്ഥാനത്തിനു
വെളിയിലെ സമാധാന പ്രതിമ

യുന്ന ഏകജീവി മനുഷ്യനാണ്. എന്നാൽ ഈ മനുഷ്യൻ പരിണാമപരമായി ഇപ്പോഴും ശൈശവകാലം പിന്നിട്ടിട്ടില്ല. പാറ്റ എന്ന ജീവിക്ക് 25 കോടി വർഷങ്ങളുടെയും ചീങ്കണ്ണിക്ക് 15കോടി വർഷത്തിന്റെയും നീണ്ടചരിത്രമുണ്ട്. ദിനോസറുകൾ 10കോടിവർഷം ജീവിച്ചിട്ടാണ് ഭൂമുഖത്തുനിന്നില്ലാതായത്. എന്നാൽ മനുഷ്യന്റെ ഏറ്റവും ആധുനികമായ രൂപത്തിന് (ഹോമൊ സാപിയൻസ് സാപിയൻസ്) 40,000-ൽതാഴെ വർഷങ്ങൾ മാത്രമേ പഴക്കമുള്ളു. ഇങ്ങനെ കേവലം ശിശുവായ മനുഷ്യൻ സ്വയം നിർമ്മിച്ച ആയുധങ്ങൾകൊണ്ട് ആത്മഹത്യ ചെയ്യുമോ? 'ചിന്തിക്കുന്ന മനുഷ്യൻ' എന്നു സ്വയം വിശേഷിപ്പിക്കുന്ന നമ്മളിൽ ചിലർ അധികാരത്തിന്റെയും ആയുധത്തിന്റെയും പണത്തിന്റെയും ബലത്തിൽ അതു ചെയ്യില്ലെന്നു പ്രതീക്ഷിക്കാം. അമേരിക്കക്കാരന്റെ പ്രത്യേക ധാർഷ്ട്യം ലോകത്തിന്റെ പൊതു ഇച്ഛാശക്തിയെ എല്ലാകാലത്തും അതിലംഘിക്കില്ലെന്നുറപ്പുവരുത്താം.

അവലംബ ഗ്രന്ഥങ്ങൾ, മാസികകൾ വെബ്സൈറ്റുകൾ

1. *മനുഷ്യൻ സ്വയം നിർമ്മിക്കുന്നു (man makes himself)* – ഗോർഡൻ ചൈൽഡ് – സി അച്യുതമേനോൻ (വിവർത്തനം) കേരള ഭാഷാ ഇൻസ്റ്റിറ്റ്യൂട്ട് (1941)

2. *ചരിത്രത്തിൽ എന്തു സംഭവിച്ചു? (What happened in History)?* – ഗോർഡൻ ചൈൽഡ് കെ എം എൻ മേനോൻ (വിവർത്തനം) കേരള ശാസ്ത്ര സാഹിത്യ പരിഷത്ത് (1988)

3. *ശാസ്ത്രം ചരിത്രത്തിൽ (Science in History)* – ജെ ഡി ബർണൽ എം സി നമ്പൂതിരിപ്പാട് (വിവർത്തനം) – കേരള ശാസ്ത്ര സാഹിത്യ പരിഷത്ത് (2000)

4. *ജീവജാതികളുടെ ഉത്ഭവം (The origin of species)* – ചാൾസ് ഡാർവിൻ ഫിലിപ്പോസ് ജോൺ (വിവർത്തനം) ഡി സി ബുക്സ് (2002)

5. *പരിണാമം* – ജോസ് കെ മംഗലി (എഡിറ്റർ) കേരള ഭാഷാ ഇൻസ്റ്റിറ്റ്യൂട്ട് (1971)

6. *Evolution* – Theodosius Dobzhansky, Francisco J Ayala, G Ledyard Stebbins, James W Valentine. Surjeet Publications (in agree ment with W H Freeman and Company) New Delhi (1973)

7. *മനുഷ്യവംശത്തിന്റെ ഉൽപ്പത്തി (The origin of the Human race)* – വി പി അലെക്സേയെവ് പ്രോഗ്രസ് പബ്ലിഷേഴ്സ്, മോസ്കോ (1989) ഗോപാലകൃഷ്ണൻ, എ പാറക്കുന്നേൽ(വിവർത്തകൻ).

8. *മനുഷ്യ പരിണാമം* – കുഞ്ഞുണ്ണിവർമ്മ, എം ശിവശങ്കരൻ മാതൃഭൂമി പബ്ലിഷിംഗ് കമ്പനി (1985)

9. *മനുഷ്യൻ* – കെ ദാമോദരൻ – പ്രഭാത് ബുക്ക്ഹൗസ് (1985)

10. *Themes in World History* - Neeladri Bhatacharya (Chief Advisor) N C E R T, New Delhi (2006)

11. *Pre-History : A very short introduction* - Chris Gorden, Oxford University Press (2003)

12. *The Story of civilization Vol. 1* - Arjun Dev, N C E R T, New Delhi (1995)

13. *Mysteries of the Past Archaeological sites in India* - Upinder Singh, National Book Trust, India (2002)

14. *History - XI* - SCERT, Kerala (2003)

15. *ശാസ്ത്രകേരളം* - ഡോ. ബാലകൃഷ്ണൻ ചെറൂപ്പ (എഡിറ്റർ), കോഴിക്കോട് (ആഗസ്റ്റ്, ഒക്ടോബർ - 2003)

16. *Social Development and Human Evolution : Managing the ingroup Boundary* - Michael J Lovaglia, Chana Barron and Jeffrey A Houser, University of Iowa and Bowling Green University (2003)

from websites

17. Newly discovered gene holds clues to evolution of human brain capacity - www. phys org. com/news

18. Human brain Evolution was a special event, Research news - Howard Hughes Medical Institute

19. Genetic links between brain development and brain evolution - Sandra L Gilbert, William B Dobyns, Bruce T Lahn (2005)